திரை

திரை

சுப்ரபாரதிமணியன்

எழுத்து பிரசுரம்

Title: Thirai
Author's Name: Subrabharathi Manian

Published by Ezutthu Prachuram

Ezutthu Prachuram
(An imprint of Zero Degree Publishing)
No. 55(7), R Block, 6th Avenue,
Anna Nagar,
Chennai - 600 040

Website: www.zerodegreepublishing.com
E Mail id: zerodegreepublishing@gmail.com
Phone: 89250 61999

Ezutthu Prachuram First Edition: July 2023
ISBN: 978-93-90053-85-8
TITLE NO EP: 446

Cover Design & Layout: Vijayan, Creative Studio
Printed at Clictoprint, Chennai, India

சமர்ப்பணம்

நண்பர் ஓயாத உழைப்பாளி
தூரிகை சின்னராஜ் அவர்களுக்கு...

1

கறுப்புச் சட்டைகளுக்குள்ளிருந்து எதிர்ப்புக் குரல்கள் கிளம்பி வந்தன...

சட்டென நாலைந்து கறுப்புச் சட்டைக்காரர்கள் இருக்கைகளிலிருந்து எழுந்து கைகளை உயர்த்தியபடி சப்தமிட்டனர். பெரிய அரங்கம். பத்தாயிரம் பேர் இருக்கக்கூடும். வலது பக்கத்தின் மேல்மாடிப் பகுதியிலிருந்து அக்குரல்கள் கிளம்பின. இருநூறு அடிகளுக்கும் அந்தப்புறமிருந்தும் சுற்றிலுமிருந்தவர்களாய் காவல்துறையினரும் தற்காப்புப் பணியிலிருந்தவர்களும் அவர்களை நோக்கிப் பாய்ந்தார்கள். புலி விரைந்து பாய்ந்து இரையைப் பிடிப்பதுபோல் நெருங்கினார்கள். சட்டென கறுப்புச் சட்டைக்காரர்கள் ஒரு வளையத்துள் அடங்கிப்போனார்கள். தெளிவற்ற குரல்களுடன் அவர்கள் தரதரவென இழுத்துச் செல்லப்படுவது குருவின் கண்களில் பட்டது.

அவனும் அப்படி ஏதாவது எதிர்ப்புக் குரல் கிளப்ப வேண்டும் என்று முன்பு நினைத்திருந்தான். விழா தொடங்கும்போதே, கணபதி ஸ்தோத்திரம் பாடி நிகழ்ச்சி தொடங்கியபோதே அவனுக்கு அப்படித் தோன்றியது.

ஒரு சர்வதேச விழா. இப்படி கணபதி ஸ்தோத்திரம் பாடி ஆரம்பிக்கிறார்களே. இது முறையா என்ற கேள்வி அவனுக்கும் வந்தது. அவர்கள் ஆட்சி, அதிகாரம் என்ன வேண்டுமானாலும் செய்வார்கள். இதே இடம் தமிழ் நாடாக இருந்தால் கறுப்புச் சட்டைக்காரர்கள் எழுந்து நிச்சயம் எதிர்ப்புத் தெரிவிப்பார்கள் என நினைத்தான். அதுதான் இங்கும் நடந்ததாய்ச் சொல்லிக் கொண்டான்.

அமளி அடங்கிவிட்டதைப்போல் மேல்மாடி நிசப்தமாயிற்று... எல்லோரின் பார்வையும் பேசிக்கொண்டிருந்த மத்திய அமைச்சர் மேல் விழுந்தது. அவரின் விஸ்வரூபிக்கப்பட்ட உருவம் பின்னால் இருந்த திரையில் தெரிந்துகொண்டிருந்தது. அவரின் பேச்சுமுழக்கம் கறுப்புச் சட்டைக்காரர்கள் முழக்கமிட்டபோது கூடத் தடைபடவில்லை.

அவர் பேசிக்கொண்டிருந்தார்:

“இயற்கையோடு சேர்ந்து வாழப் பழகிவிட்டால் சுற்றுச்சூழல் ஆரோக்கியமானதாகவே இருக்கும். இயற்கையின் ஆரோக்கியமான வெளிப்பாடே நம் சுற்றுச்சூழல். அது உயிருள்ளதும், உயிரற்றதுமான எல்லாவற்றின் தொகுப்புமாக இருக்கிறது. மகிழ்ச்சிகரமான ஆரோக்கியமான வாழ்விற்கு இந்தப் பாதுகாப்பான சுற்றுச்சூழல் தேவையாக உள்ளது. அதில் கலாச்சாரம், கலை இவற்றின் பங்கும் உள்ளது.”

மத்திய அமைச்சரின் பேச்சு தொடர்ந்துகொண்டிருந்தது. அவரின் உடல் பாவனை ஒரு சிறு மலை அசைவது போலிருந்தது.

“க்யா கை... எதுக்கு இந்தக் களேபரம்.”

மத்திய மந்திரி சுற்றுச்சூழல் இலாகா சார்ந்தவர். கோவாவில் நிறைய சுரங்கங்கள் வெட்டப்படுவது, கனிமவளங்கள் சுரண்டப்படுவது குறித்த போராட்டங்கள் தொடர்ந்து நடந்து கொண்டிருக்கின்றன. அந்த வகையில் எதிர்ப்புக் குரல் அந்த இளைஞர்கள் எழுப்பியது

பக்கத்து நாற்காலியில் உட்கார்ந்திருந்தவர் தெளிவாக ஆங்கிலத்தில் சொன்னது குருவுக்கு ஆறுதலாக இருந்தது.

கணபதி ஸ்தோத்திரம் பாடி நிகழ்ச்சி ஆரம்பித்தபோதே அதற்கு எதிர்ப்புக் குரலாக யாராவது இங்கேயும் இருக்கலாம் என்று நினைத்தான்.

மறுபடியும் மறுபடியும் குருவின் பார்வை வலது புற மாடிப்பகுதிக்குச் சென்றது. அப்பகுதி நிசப்தமாக இருந்தது. எதிர்த்த மேடையில் மத்திய அமைச்சர் பேசிக்கொண்டிருந்தார் தொடர்ச்சியாக. களேபரத்தைக் கண்டுகொள்ளாமல் அலட்சியப்படுத்தியபடி வெகு துள்ளலாக இருந்தது அவரின் கனத்த குரல். அவர் உடல் ஆடி அசைந்து நிலைக்கு வந்தது.

தமிழ்நாட்டின் கறுப்புச் சட்டை போல் இங்கேயும் எதிர்ப்பின் குறியீடா... இங்கேயும் அப்படித்தானா... அவனுக்குள் மெல்ல கேள்வி எழுந்தது. உலகம் முழுக்க கறுப்பு எதிர்ப்பின் குறியீடு என்று சொல்லிக்கொண்டான்...

சர்வதேசத் திரைப்பட விழாவின் தொடக்கவிழா மேடை மின் விளக்குகளாலும் தொழில் நுட்ப விளையாட்டுகளாலும் நிரம்பி வழிந்தது. மேடையிலிருந்து முப்பத்தொன்பதாவது வரிசையில் அவன் இருந்தான். தலைகளாலும் உடம்புகளாலும் நிரம்பியிருந்தது அரங்கம்.

மக்கள் கூட்டம் எவ்வித சப்தமும் இல்லாமல் திரையைப் பார்த்துக்கொண்டிருந்தது. ரஜினிகாந்துக்கு வாழ்நாள் சாதனையாளர் விருது கொடுத்துவிட்டு மத்திய அமைச்சர் பேசிக்கொண்டிருந்தார். முன்னதாக அமிதாப்பச்சன் வாழ்த்துரை வழங்கிவிட்டு ரஜினிகாந்தைக் கட்டித் தழுவி விட்டு உட்கார்ந்திருந்தார். அமிதாப்பச்சன் முழுத்திரையில் அவ்வப்போது தன் விஸ்வரூபத்தைக் காட்டியபடி வந்து கொண்டிருந்தார். மிதமான குளிர் உள்ளேயிருந்தவர்களை ஆசுவாசப்படுத்தியது.

ரஜினிகாந்துக்குப் பரிசு கொடுப்பதற்கு முன் அவரைப் பற்றிய குறும்படம் ஒன்றைப் போட்டார்கள். அதில் அவர் நடித்த

பல படங்களின் கலவையான காட்சிகள் இருந்தன.

"சிங்கம் சிங்கிளாகத்தான் வரும். பன்னிதா கூட்டமா வரும்" என்ற வசனம் மட்டுமே முழுமையாக அப்படத்தில் இடம்பெற்றிருந்தது.

"நல்லவேளை அந்த வசனத்தின் ஆங்கில மொழிபெயர்ப்பு படத்தில் இடம் பெறவில்லை" என்பது அவனுக்கு ஆறுதலாக இருந்தது.

"தலைவரோட பஞ்ச் டயலாக் எவ்வளவோ இருக்கு. இதப் போய் போடறாங்க பாரு" என்று இடது புறம் உட்கார்ந்திருந்த ஒருவரின் தமிழ்க்குரல் கேட்டது.

"தமிழ்ன்னா மரியாதை அவ்வளவுதான்."

துவக்க விழாப் படத்தைத் தவறவிடப்போகிறோம் என்பதே கொஞ்சம் அதிர்ச்சியாக குருவின் மனதிற்குள் வந்தது. மதியமே அந்த எண்ணம் வந்து போனது. துவக்க விழாவின் இறுதியில் துவக்க விழா படம் இருக்கும் என்று நினைத்தான். ஆனால் துவக்க விழா நடக்கும் கோவா பல்கலைக்கழகம் பதினைந்து கி.மீ., தூரத்தில் இருக்கும் தூரத்தில் இருக்கிறது. அதற்குச் செல்ல அழைப்பிதழ் கிடைக்காது என்றார் சூசன். அவர் பத்து ஆண்டுகளுக்கு மேலாக கோவா திரைப்பட விழாவிற்கு வந்து செல்கிறவர்.

"இனாகுரேசன் இன்விட்டேசன் கெடைக்கறது கஷ்டம். அங்க போயிட்டு வந்தா இன்னாகுரல் படம் இங்க மிஸ் ஆயிரும். நான் எப்பவும் தயாராகறதில்லே அதுக்கு."

"பல சமயங்களிலே இனாகுரல் படம் மொக்கையா இருக்கும். காசு குடுத்து இனாகுரல் படம் போட்டுப் பேர் வாங்க ஒரு கோஷ்டி எப்பவும் இருக்கும்."

துவக்க விழாப் படமாக 'டெஸ்பைட் தி போக்' என்ற இத்தாலியப் படம் இருந்தது. துவக்க விழாப் படத்தைத் தவற விடக்கூடாது என்பது போல் சூசன் சொல்லிக்கொண்டிருந்தார்.

"அது ரிபீட் ஆகாது வழக்கமா. முதல் நாள் பாத்தர்றது நல்லது."

மதியம் மீடியா செண்டர் பக்கம் போயிருந்தபோது கவனிக்கத்தக்கதாய் ஒரு வரிசை இருந்தது. எதற்கு என்று கேட்ட போது துவக்கவிழா அழைப்பிதழ் தருகிறார்கள் என்றார்கள்.

கசகசவென்று வெவ்வேறு விதமான மனிதர்களைப்போலிருந்தனர்

குருவும் அந்த வரிசையில் நின்றான். அவனின் கழுத்தில் தொங்கிய திரைப்பட விழா பிரதிநிதி அட்டையைக் கவனித்த முன்னால் நின்றவர் "நாட் ஃபார் ஆல்" என்றார்.

"பாடர்ன் மீ."

"பிரஸ், ஸ்பெசல் டெலிகேட்ஸ், பிலிம் சொசைட்டி மெம்பர்ஸ் ஒன்லி."

"ஓ... அய் சீ."

குரு வரிசையிலிருந்து தன்னை விலக்கிக் கொண்டு வந்த போது அவனைப் பார்த்துச் சிரித்த ஒரு முகம் இன்விட்டேசன் வேணுமா என்றது. முகத்தில் அடர்ந்த சிவப்புத் தழும்பும் சற்றே கறுப்பு வெள்ளையுமான முகமயிர்களும் அவரைச் சோர்வடைந்தவராகக் காட்டியது.

"யெஸ்."

"ஒண்ணு எக்ஸ்ட்ரா இருக்கு. தர்றன். தமிழ்நாடா. எங்க?"

"கோயமுத்தூர்."

"வெரி நைஸ். ரெண்டு மணிக்கு பஸ் இதுக்கு முன்னாலே வரும். வந்திருங்க. நாலு மணிக்கு விழா துவங்கும். என்கிட்டே ஒண்ணு எக்ஸ்டிரா இருந்துச்சு."

குரு எதிர்பார்க்கவேயில்லை. துவக்க விழா அழைப்பிதழ். ஆகா...

"ரஜினிகாந்துக்கு விருது இன்னைக்குத் தர்றாங்களே. இதிலியா."

"ஆமா... அமிதாப்பச்சனும் வர்றார்."

"இதிலே அவர் பேரெக் காணம்."

“தனியா போட்டிருப்பாங்க... வேஸ்ட் பண்ணாதீங்க வந்துருங்க.”

“நன்றிங்க.”

குருவிற்குப் பரபரப்பாகவே இருந்தது. துவக்க விழாவிற்கு அழைப்பு. துவக்க விழாப் படம் ஆறரை மணிக்கு. அதற்கு அழைப்பிதழ், தனியே டிக்கட் தேவையில்லை. பெற்றிருக்கிற டெலிகேட் பாஸ் போதும் .அய்னக்ஸ் திரையரங்கில் போடுவார்கள். ஆனால் துவக்க விழா கோவா பல்கலைக்கழக அரங்கத்தில் நான்கு மணிக்கு ஆரம்பித்து அது முடிந்து அங்கிருந்து பின் திரும்ப முடியுமா. சந்தேகமாகவே இருந்தது குருவுக்கு. அந்தச் சந்தேகம் போல் பல அவனுள் வந்து போகும். பரபரப்பில் முகம் வேர்த்துவிட்டது. முன்பே வறுத்தெடுத்த வெயிலில் வியர்வை சட்டையை நனைத்திருந்தது. விஸ்வத்திற்கும் சூசனுக்கும் சொல்லி விட பரபரத்து கைபேசியை எடுத்தான்.துவக்க விழா அழைப்பிதழ் கிடைத்ததைப் பகிர்ந்து கொள்ளலாம்... இருவர் எண்களும் கிட்டவில்லை... அவுட் ஆப் ரீச்.... எதையாவது சாப்பிட்டு விட்டு இரண்டு மணிக்கு வந்து விட வேண்டும் என்று உறுதியாக இருந்தான். உடனே இந்த வளாகத்திலிருந்து வெளியேறிவிடவேண்டும். இரண்டு தெரு தள்ளிப் போனால் ஏதாவது சாதாரண ஓட்டல் இருக்கும். நூறு ரூபாய்க்குள் சாப்பாட்டை முடிக்கலாம். இங்கு பக்கத்தில் சாப்பிட முந்நூறு ரூபாயாவது வேண்டும்.

துவக்க விழா படம் பற்றிய எண்ணம் வந்ததும் மெல்ல எழ முயற்சித்தான். யாரும் எழுந்து போவதாகத் தெரியவில்லை... ரஜினிக்கு விருது கொடுப்பார்கள்... அவர் ஆங்கிலத்தில் பேசுவாரா, தமிழில் பேசுவாரா? அதற்காகக் கொஞ்சம் காத்திருக்கலாம். கையிலிருந்த ஆங்கில தினசரியால் விசிறிக்கொண்டான். அது வியர்வையில் நசிந்து தலைதொங்கிக்கிடந்தது. விசிறிக்காற்று ஆசுவாசமாக இருந்தது.

ரஜினிகாந்தின் பேச்சு ஆங்கிலத்தில் நளினமாகத்தான் இருந்தது.

“என் இன்ஸ்பிரேசன் அமிதாப்பச்சன். என்னை வாழ வைப்பவர்கள் தமிழ் ரசிகர்கள்” என்றார்.

“யாராச்சும் எழுதிக்குடுத்து மனப்பாடம் பண்ணியிருப்பார். ஆனாலும் மோசமில்லெ.”

அவருக்குக் கொடுக்கப்பட்டது குலோபல் அய்க்கான் அவார்டு என்று சொன்னார்கள் அவ்வளவு பெரிய விருதுக்கு ஏற்றவரா அவர் என்று கேட்டுக்கொண்டான்.

“மத்தியிலிருக்கறவங்க அவரெ அரசியலுக்கு இழுக்கப் போடற வலையில் இது ஒண்ணு.”

கலைநிகழ்ச்சிகளுக்காக காத்திராமல் துவக்க விழாப்படம் பார்க்கச் செல்லலாம் என்று மனதில் முடிவு வந்தது. இனி கலைநிகழ்ச்சிகள்தான் இருக்கும். அதீதமான மேக்கப்பில் பெண்கள் வந்து ஆடுவார்கள்.

அதீத மேக்கப்பில் இருந்த பல பெண்கள் எழுந்து செல்ஃபி எடுத்துக்கொண்டார்கள். கலைநிகழ்ச்சிகள் முன்பே ஆரம்பித்ததில் பார்த்து போதும் என்ற முடிவுக்கு வந்திருந்தான். ஆடிட்டோரியம் கலகலத்து ஓய்ந்தது

முன்பு சங்கர் மகாதேவன் கணபதி ஸ்தோத்திரம் பாடியிருந்தார். அடுத்து அவர் பாடிய கொங்கன் எக்ஸ்பிரஸ் பாடலின் பின்னணியில் தொடர் வண்டி அடிக்கடி வந்து போனது, குத்துவிளக்கு ஏற்றும்போது கூட சமஸ்கிருதத்தில் பாடல்கள் இருந்தன. முன்னாள் முதல்வர் அமரர் மனோஜ் பாரிக்கர் முகம் அடிக்கடி காட்டப்பட்டு அஞ்சலிப் பாடல் இருந்தது. சங்கர் மகாதேவன் குழுவினர் பாடிய பழைய சவுண்ட் ஆப் மியூசிக் பாடலை ஒரு வெளிநாட்டுப் பாடகி பாடினார். அவளின் மூக்கு விடைத்து அசிங்கமானது. முகம் சுளித்துப் பாடினார், இவ்வளவு சிரமப்பட்டு ஏன் பாட வேண்டும் என்று கூட குரு நினைத்தான். வைஷ்ணவ ஜனதோ பாடும்போது அரங்கம் நிசப்தமானது. மூவர்ணக்கொடி திரை முழுவதும் பரவி எங்கும் ஆனந்தம் ஆனந்தம் என்று சொன்னது..

வர்ண விளக்குகள், பெரிய கட் அவுட்கள், திரைப்பட விழாச் செய்திகளைத் தாங்கிய அட்டைகள் என்று பிரம்மாண்டம் எல்லாவற்றிலும் தெரிந்தது. அழகான பெண்கள். எந்த நாட்டைச்

சார்ந்தவர்கள் என்று அடையாளம் காண முடியாதபடி அதீத ஒப்பனை எல்லோரின் முகங்களிலும் ஒட்டிக் கிடந்தது.

கூட்டி வந்த இலவசப் பயணப் பேருந்து எங்கு நிற்கிறதோ. தொடர்ந்து கார்களின் இயக்கம் பிரதான சாலையை ஆக்கிரமித்திருந்தது. அந்தப் பேருந்தைக் கண்டுபிடித்துச் செல்ல முயன்றால் தாமதமாகிவிடலாம். அவனுக்கருகில் வந்து நின்ற பேருந்தில் பலர் முண்டிக்கொண்டு ஏறினார்கள்.

“இது மன பண்டி லேது. வெயிட் செய்யண்டி...” என்று யாரோ கத்தினார்கள்.

“பரவாலேது... லேட் அவுத்துந்தி.”

கட்டணம் என்றார்கள். இருபது ரூபாய். கொஞ்சம் காத்திருந்தால் இலவசப் பேருந்து கிடைக்கும்.

வகை வகையான மனிதர்கள். எல்லாம் வெளிநாட்டிலிருந்து வந்து குவிந்தவர்கள் போல் அந்நியமாகவே இருந்தார்கள். அவர்களின் உடைகளும் அழகும் அவனைத் துரத்திக் கொண்டே இருந்தன.

“வார்ல்டு இஸ் ஒன் ஃபேமிலி. அன்பெர்கட்டபிள் சிம்பனி... அஆஹா...” ஒருவர் பழைய நினைப்பிலேயே மேடையை நினைவில்கொண்டு மெய்மறந்து சொல்லிக்கொண்டிருந்தார். பேருந்து சற்றே நெரிசலுடன் காற்றை விசிறிக்கொண்டு விரைந்தது. வாகனங்களின் ஆக்கிரமிப்பில் சாலை நெளிந்தது.

2

மங்களூர் தொடர் வண்டி நிலையம் மழையால் குளித்திருந்தது. அதிகாலை நான்கு மணிக்கு வந்தாயிற்று. இனி மடாகன் செல்லும் வண்டிக்காகக் காத்திருக்க வேண்டும். நான்கு மணி நேர இடைவெளி. பிறகு கோவாவுக்கு ஐந்து மணி நேரப் பயணம். நீண்ட பயணம் காத்துக்கொண்டிருந்தது. இரவில் கிளம்பி வந்து சேர்ந்ததில் அலுப்பு தெரியவில்லை. கொஞ்சம் தூங்க முடிந்தது. இனி பகலில் ஒரு நீண்ட பயணம். மலைகளும் குகைகளும் நதிகளும் சூழ்ந்த பகுதி பயணம். இயல்பாய் சாதாரணமாகிவிடும்

தன்னுடன் வந்திருந்தவர்கள் இப்போதே குழுகுழுவாகப் பிரிந்திருப்பதாகத் தோன்றியது. தான் எந்தக் குழுவில் தன்னை ஒட்டிக்கொள்வது என்ற தீர்மானம் எதுவும் அவன் மனதில் உருவாகவில்லை. பனியன் கம்பனி தொழிலாளி இந்தக் குழுவுக்குச் சம்பந்தமில்லாதவன் என்றே குரு நினைத்திருந்தான்.

சூசனை இரண்டு முறை திருப்பூர் புத்தகக் கண்காட்சியில் பார்த்திருந்தான். முதல் தரம் பார்த்த போது உலகத் திரைப்பட குறுந்தகடுகள் கடை ஒன்றை புத்தகக் கண்காட்சியில் போட்டிருந்தார்.

“சினிமாவுலே ஆர்வம் இருக்குங்க. நிறைய தமிழ்ப்படம் பார்க்கிறேன்.”

“அதுவும் தேவைதான். உலகப்படம் பாருங்க. ரசனை மாறும்.”

“நான் படிச்ச டிகிரி ஆங்கிலம். வெளிநாட்டுப் படம் பாக்க உதவுமா.”

“அதுதான் எல்லாத்திலியும் சப் டைட்டில் இருக்கே . படிச்சுப் புரிஞ்சுக்கலாம்.”

“ஒரு நல்ல டிவிடி பிளேயர் வாங்கிக்கறன்.”

அடுத்த புத்தகக் கண்காட்சியில் பார்த்தபோது “நீங்க சொன்ன மாதிரி ஒரு நல்ல டிவிடி பிளேயர் வாங்கிட்டீங்களா” என்று கேட்டார்.

“சிரமப்பட்டுதான் வாங்குனன். மூவாயிரம் ரூபான்னு ஆனா நாலைஞ்சு மாசத்திலெ கெட்டுப்போச்சு.”

“லோக்கல் சிடி நிறைய வாங்கிப்போட்டுப் பாத்தீங்களா.”

“ஆமாங்க. வீட்லே தமிழ் சினிமாவுன்னு உபத்தரம். பிளேயர் கெட்டுப்போச்சு. கொஞ்சம் வெளிநாட்டுப் படமும் பாத்தன். சப்டைட்டில் படிச்சுப் புரிஞ்சிக்க ஆரம்பிச்சுட்டேன். சினிமா எடுக்கற ஆசைகூட வந்திருச்சு.”

“அட்ரா சக்கை. உலகப் படம் பாத்தவுடன் சினிமா டைரக்டர் ஆக ஆசை வந்துருச்சா ஹாஹாஹா.”

“ஆமாங்க விபரீத ஆசைதா.”

“செரி... அடுத்த வாரம் கோயமுத்தூர்லே மூணு நாள் ஈரான் திரைப்பட விழா இருக்கு. வாங்க. ரசிக்கலாம்.”

“பனியன் கம்பனியிலெ வேலை செய்யறவனுக்கு ஒத்துவருமா. வாரம் ஒரு நால் லீவே தாஸ்தி.”

“இங்ககூட கனவு திரைப்பட சங்கம் அப்பப்போ போடுவாங்களே.”

“தெரியறதில்லே. டிரை பண்ணணும். ஞாயித்துக்கெழமை மட்டும் நீங்க போடற ஈரான் படம் பாக்க வர்றன்.”

அதன் பிறகு இந்த ஆண்டு அவரின் கடை திருப்பூர் புத்தகக் கண்காட்சியில் இடம்பெறவில்லை. தொலைபேசி செய்து விசாரித்தான் குரு

“சினிமா சிடி கடைக்குத் தர முடியாதுன்னுட்டாங்க. புத்தக விற்பனை ரொம்பவும் பாதிக்கதாம்மா. பாலிசி மேட்டர்ன்னுட்டாங்க. சினிமாவும் இலக்கியம்தான்னு அவங்க புரிஞ்சுக்கலே. நடத்தறவங்க கட்சிக்காரங்க பாரு.”

“அங்க வந்தா சிடி வாங்கலாமா.”

“வாங்க கொஞ்சம் வச்சிருக்கன். கடையெ மூடிட்டேன். போலீஸ் தொந்தரவு, அவனுக்கு உலகப்படம் பத்தித் தெரியலே. உள்ளூர் நீலப்படம் பத்தியும் தெரியலே, ரைடுன்னு அப்பப்போ சிரமப்படுத்தினானுக, காசு குடுத்து அலுத்துப்போச்சு கடையெ மூடிட்டன்.”

“வேற எங்க கெடைக்கும்.”

“தேடுனா கோயமுத்தூரிலே கெடைக்கும். நவம்பர்லே கோவா திரைப்பட விழாவுக்கு வாங்களேன். புது அனுபவமாக இருக்கும்.”

“பெரிய செலவாகுமே.”

“இருக்கறதுதா. திருப்பதிக்கு மொட்டை போடறது, பழனிக்கு பாத யாத்திரை போறது. கெடா வெட்டறதெல்லாம் செலவாகாதா. நமக்குப் புடிச்சதுக்கு நாம செலவு பண்ணித்தானே ஆகணும்.”

“எங்க பக்கம் இருக்கறவங்க யாராச்சும் சொன்னீங்கன்னா ஃபாலோ பண்றன்.”

“அவினாசியில விஸ்வம்ன்னு ஒரு டிராயிங் மாஸ்டர் இருக்கார். கவர்மெண்ட் ஸ்கூல்லே வேலை பாக்கறார். அவர் இந்தத் தரமும் வர்றதா சொல்லியிருக்கார். அவர் கூட தொடர்பிலே இருங்க.”

விஸ்வத்துடன்தான் திருப்பூர் தொடர்வண்டியில் கூட ஏறினான். கனத்த உருவத்தில் உடம்பு அசைய நிறையப் பேசிக்கொண்டேயிருந்தார் "கோயமுத்தூர்லே ஏழெட்டுப்பேர் ஏறுவாங்க . நாம் ஒரு குழுவாக இருப்போம்" அவர்களெல்லாம் வெவ்வேறு பெட்டிகளில் ஏறியதால் அடையாளம் காண இயலவில்லை. சூசனை மட்டும் பார்த்தான்.

அதிகாலையில் மங்களூர் தொடர் வண்டி நிலையம் வந்த பின் நடைமேடையில் ஒரு தேனீர்க் கடை முன் கூடினார்கள். கன்னட எழுத்துகளால் கடை வரவேற்றது

கிருஷ்ணபிரபு எழுத்தாளர், ஜீன்ஸ் பேண்டை விட அவரின் இளம் தொந்தி துருத்திக்கொண்டிருந்தது. சட்டையில் இருந்த அழுக்கு தரையில் உருண்ட மாதிரி தோற்றம் கொண்டு வந்தது.

"நீங்க படம் பாக்கறதுக்கு முந்தி நிறையப் படிக்கணும்."

லோகு. காதி சட்டையும் மெலிசான வேட்டியும் அணிந்திருந்தார். அவரின் மகனுடன் வந்திருந்தார். மகன் ரஷ்யாவில் மருத்துவப்படிப்பு படித்துக்கொண்டிருந்தார். இது விடுமுறை காலமாம்.

"சினிமா பாக்கறதும் தவம். எளிமையான வாழ்க்கையும் தவம். நல்ல சினிமாவும் தவம்."

ரகீம்...

"நான் நாலஞ்சு குறும்படம் எடுத்திருக்கேன். ஃபுல் ஸ்கிரிப்ட் வச்சிருக்கேன்.அடுத்த ஃபெஸ்டிவலுக்குள்ளாற ஒரு பீச்சர் பிலிம் பண்ணிருவன்."

கிருஷ்...

"நான் டைவர்சி."

"பிலிம் ஃபெஸ்டிவல்லே பொண்ணு கெடைக்குமான்னு தேட வந்தீங்களா."

"அதெல்லா இல்லெ. தனியாளுன்னு சொல்ல வந்தன். பனியன் சம்பந்தமான ஒரு பத்திரிக்கையில் எழுதுவேன்."

“நான் கூட தனியாளுதா. பேச்சிலர்.”

பைரவன்.

“எழுத்தாளரா... கல்யாணப்பரிசு எழுத்தாளரா?”

“இல்லெ மில் ஓனர். பழைய ஜமீன் பாரம்பர்யம்.”

எபினேசர்.

“எபினேசர்தா மனைவியோட வர்றவர். வருஷம்தோறும் வர்றவர். எண்பது வயசிலெயும் சினிமாக் காதலியோட இருக்க கோவா வர்றவர் சொந்த மனைவியோட.”

பிரன்சிஸ்.

“சினிமா விமர்சகர் .ரெண்டு சினிமா பத்தின புத்தகங்கள் எழுதியிருக்கறார்.”

“பேசவே மாட்டாரா.”

“தகுதியானவங்களோடதா பேசுவார்.”

“யார் தகுதியானவங்க.”

“சினிமாப் பத்தி நல்லாத் தெரிஞ்சவங்கெல்லா தகுதியானவங்க. நல்ல ரசிகன் மட்டுந்தா அவர் பிரண்ட்ஸ்க.”

“அப்போ... நான் தகுதியில்லாதவன்தான். மொதல் தரம் வர்றன்.”

குரு உட்காந்திருந்த இடத்தில் பலரின் பெட்டிகள், பைகள் குவிந்திருந்தன. காவலுக்கு அவனை உட்கார வைத்துவிட்டுச் சென்றுவிட்டவர்கள் போல் மற்றவர்கள் தனித்திருந்தனர்.சிறு சிறு குழுவாகியிருந்தார்கள்.

கொஞ்ச நேரம் முன்னதாகப் பெய்த மழையின் காரணமான குளிர் மெல்ல அவனைத் தழுவியது. கோவாவில் வெயிலாக இருக்கும். ஸ்வெட்டர் தேவையில்லை என்று விஸ்வம் சொல்லியிருந்தார். அவர் மங்கி மப்ளரால் தலையை மறைத்திருந்தார். காதும் அடைபட்டிருந்தது. ஏகதேசம் குரங்கின் முகம் போலவே இருந்தது

அவனைக் கடந்து சென்ற நாலைந்து பெண்கள் அப்போதுதான் மழைத்தண்ணீரில் தங்கள் முகங்களைக் கழுவிக்கொண்டவர்கள் போல பளிச்சென்றிருந்தார்கள். ஒருவகையில் தமிழ் முகமாக இருந்தன. கன்னட முகங்களாகவும் இருக்கலாம் என நினைத்தான். இந்த மாதிரி அழகான பெண்களை நிறையப் பார்க்கப் போகிறோம் என்பது திடமாய் அவனின் மனதில் வந்தது.

“எஞ்சாய் பண்ணு.”

3

“எஞ்சாய் பண்ணு.”

தோளில் இருந்த வலி தலைக்கு ஏறி உடம்பு முழுக்கப் பரவி விட்டது குருவுக்கு. அது உடம்பை உலுக்கிவிட்டுப் போயிருந்தது. இரண்டாம் மாடிக்கு பெட்டிகளையும் பைகளையும் எடுத்துச் சென்று விட்டு அரை மணி நேரத்தில் திரும்பவும் கொண்டு போனதையெல்லாம் கீழே கொண்டு வர வேண்டியிருந்தது.

இரண்டாம் மூன்றாம் மாடிகள் ஹெர்மிடேஜ் ஓட்டலுக்கானது. முதல் தளம் ஒரு வங்கியின் சொத்து. உமேஷ் மேலேதான் இருப்பான் போய்விடலாம். போன் நோ ரிப்ளை என்றார் ரூசன். ஆண்டுதோறும் அங்குதான் எல்லோரும் ஒரே இடமாய் தங்குவது வழக்கம், உமேஷ் அந்தச் சிறு ஓட்டலுக்கான நிர்வாகி.

“நாலஞ்சு வருசம் முந்தி அறுநூறு ரூபாய்தா வாங்குனான். டபுள் பெட் ரூம். எழுநூறுன்னு தாஸ்தி பண்ணுனான். போன வருசம் எட்நூறுன்னான். வேறு எங்க கோவாவுலெ போனாலும் இந்த வாடகைக்குக் கெடைக்காது. போன் பண்ணுனன். ஆள் கெடைக்கலே. எஸ்எம்எஸ் பண்ணுனன். போதும் இங்கதா வுழுந்து கெடப்பான். மேலயே லக்கேஜ் கொண்டு போயிரலாம்.”

இரண்டாம் மாடிக்கு அவற்றைத் தூக்கிக்கொண்டு போவதில் எபினேசருக்குச் சிரமமாக இருந்தது. மூச்சிரைத்தது. அவரின் மனைவி சும்மா இருங்க என்று அவரை அதட்டினாள், சூசனுக்கும் சிரமமாக இருந்தது. தோள்வலியை அவர் முகம் காட்டிக்கொண்டிருந்தது. அவரின் தொந்தியும் கனத்த உடம்பும் சிரமப்பட்டு ஓடிவந்து நாக்கை வெளியே நீட்டி ஆசுவாசம் பெறும் நாயைப்போலிருந்தார்

விடுதியின் அழைப்பு மணியைத் தொடர்ந்து அடித்துக் கொண்டே இருந்தார்கள். இரும்பு கேட்டில் பூட்டு தொங்கியது. வழக்கமாய் அது இருக்கும் அதன் மீது படிந்திருந்த தூசு வழக்கமானதாக இல்லை.

முதல் மாடியில் இருக்கும் அலுவலகத்திலிருந்து யாரோ ஒருவர் வந்து க்யா கை என்று புருவம் விடைக்கக் கேட்டார். அவர் உதிர்த்த வார்த்தைகளை யாரும் புரிந்துகொள்ள இயலவில்லை. கோபத் தொனியில் பேசியமாதிரி இருந்தது.

ஹிந்தியா... உருதுவா...

இம்மாநில மொழி கொங்கணியாவது பேசியிருக்கலாம் அவர்

ஹிந்திதான் தேசிய மொழி ஆகிவிட்டதோ. குறைசொல்லிப் பயன் இல்லை. ரகீம் எங்க போயிட்டான். அவன் புரிஞ்சுக்குவானே.

பத்து நிமிடம் கடந்துபோனது. மறுபடியும் முதல் மாடி அலுவலகத்திலிருந்து ஒரு முதிய பெண் வந்தாள். நெற்றியில் பெரிய குங்குமம் வைத்திருந்தாள். சோர்வில் அவள் முகம் சூம்பிப்போயிருந்தது. ஆளுக்கொரு பிரச்சினையாகச் சொன்னார்கள். ரகீம் வந்து விட்டான்.

எங்காளு வந்துட்டான். சொல்லம்மா.

அந்தப் பெண் கன்னடத்தில் ஏதோ சொல்ல ஆரம்பித்தாள். “கிருஷ் நீ கன்னடத்துக்காரன்தானே பேசு.”

“என் கன்னடம் புரோக்கன் லாங்குவேஜ். இருந்தாலும் முயற்சி பண்ணலாம்.”

“ஏ அஜ்ஜி யாந்துரு.”

தேவரு என்றழைத்து, அவள் பேச ஆரம்பித்தாள். அந்த லாட்ஜ்காரன் பையன் உமேஷ் பம்பாய்க்குப் போய் இரண்டு மாதங்களாகின்றன. திரும்பி வரவில்லை. யாரும் தங்கவில்லை இங்கு. பூட்டியே கிடக்கிறது இரண்டு மாதங்களாய் என்றாள்.

“ஓனர் எல்லி இத்தாரே.”

“கொத்தில்ல... ஜாவ்... ஜாவ்.”

“அடுத்து ஏதாவது விடுதி தேட வேண்டும். இத்தனை வருசத்திலெ இது மாதிரி நடந்ததில்லை தோழர்களே... சாரி.”

சூசன் தன் குறுந்தாடியையும், தொப்பையையும் தடவிக் கொண்டார். வேறு இடம் பார்க்கலாம் என்றார். எதிர் புறத்திலிருந்து கோழிகளின் கூவல் கேட்டது. பிரான்சிஸ் அந்த எதிர் வீட்டுக் கோழிகள் விடியல் நேரத்திலேயே கூவி எழுப்பிவிடுவதால் தூக்கம் கெடுகிறது. இந்த இடம் வேண்டாம் என்பதை முன்னர் சொல்லியிருந்தார். போன ஆண்டுகளில் அவர் அங்கே தங்கியிருக்கிறார்.

“வாடகை கொறச்சல். காமன் பாத் ரூம்மா இருந்தாலும் கிளீனா வெச்சிருப்பான். சுடுதண்ணியும் கெடைக்கும். அதுதா வுட மனசில்லை.”

மறுபடியும் எல்லா லக்கேஜ்களும் கீழிறங்கின. இருப்பதில் தான்தான் இளையவர் என்றபடி அவனை இரண்டு மூன்று தரம் மேலே ஏற்றிவிட்டார்கள் குருவை. தோளில் இருந்த வலி தலைக்கு ஏறி உடம்பு முழுக்கப் பரவிவிட்டது குருவுக்கு.

கோவாவுக்கா போறே. ஜாலிதான் என்று ஒவ்வொருவரும் பனியன் கம்பனியில் சொல்லியிருந்தார்கள். அவர்கள் பட்ட மகிழ்ச்சியும் குதூகலமும் ஞாபகம் வந்தது.

மங்களூரிலிருந்து மடகானுக்கு ஆறு மணி நேரம் ஆகிவிட்டது. குகைகளும் நதிகளும் காடுகளும் ஆசுவாசம் தந்தன. குகைகளைக் கடக்கையில் ஓவென்று சப்தமிட்டு ஆரவாரம். மடகானிலிருந்து பேருந்து பிடித்து கோவா வர இரண்டு

மணி நேரம் ஆகிவிட்டது. பஞ்சிம் கோவாவுக்கு மறுபடியும் ஆட்டோ பிடித்துச் சுமைகளைச் சுமந்து எல்லோருக்கும் அயர்ச்சி வந்துவிட்டதை முகத்தில் தென்பட்ட கறுப்பு நிறத் தன்மை காட்டியது. பத்து வருடத்தைக் கூட்டிக்கொண்டு பெரும்பான்மையோர் முகங்கள் இருந்தன.

சென்றாண்டு கவிஞர் செந்தீ வந்திருந்தார். தேடிப்பிடித்து கோவா தமிழ்ச் சங்கத்துக்காரர்களுக்குத் தகவல் சொல்ல தலைவரும் செயலாளரும் இரண்டு பொன்னாடைகளுடன் வந்துவிட்டார்கள்.

இரண்டு பொன்னாடைகள். ஒன்பது பேர். எப்படிப் பகிர்வது என்று சங்கடப்பட்டார்கள். செந்தீ பிரச்சினையைத் தீர்த்து இரண்டு பொன்னாடைகளையும் அவரே வாங்கிக் கொண்டார். வந்த இருவருமே நடைபாதை வியாபாரிகள். இலக்கியத்துக்கு எவ்வித சம்பந்தமும் இல்லாதவர்கள். தமிழ்ச்சங்க அடையாள அட்டையைக் காட்டினார்கள்.

"கோவா தமிழ்ச்சங்கத்து மூலமா தமிழ்ப்பொறப்பு, பொங்கல் விழா ரெண்டையும் கொண்டாடுவமுங்க."

"தமிழ்ப்பிறப்புன்னா. தைத்திருநாளா... இல்லெ சித்திரை ஒண்ணா."

"சித்திரை ஒண்ணுதாங்க."

"சித்திரை ஒண்ணை தமிழ்வருடப் பிறப்பாகக் கொண்டாடுபவன் உண்மையான தமிழன் அல்ல. பொங்கல் திருநாளே உழவர் திருநாளே நம் தமிழ்ப்பிறப்பு நாள்."

செந்தீயின் அந்த விவாதம் முற்றுவதற்குள் ஒரு பேருந்தினைப் பிடித்து வந்தவர்களை ஏற்றிவிட்டு அந்தத் தமிழ்க்காவலர்கள் சென்றுவிட்டார்கள்...

இப்போது இங்கு வந்து சேர்வதற்குள்ளாகவே களைப்பு வந்துவிட்டது. இனி வேறு விடுதி தேட வேண்டும். இதில் கோவாவா. ஜாலி என்று ஜல்லியடித்தவர்கள் மீது கோபம் வந்தது குருவுக்கு.

"எங்க அகப்படப்போகுதோ. எவ்வளவு கேப்பாங்களோ. பத்துப் பேர் வேறே... ஒரு லாட்ஜின்னு இல்லாமெ. ரெண்டு மூணு லாட்ஜ்ன்னு கெடச்சாலும் செரி... இது சீசன். பிலிம் ஃபெஸ்டிவல் சீசன். ஒரே எடத்திலே கெடைக்கறதுகூட சிரமம்தான்."

எண்ணி வைத்தமாதிரி பணம் குறைவாகவே கொண்டு வந்திருந்தான் குரு. இது வேறு புளியைக் கரைத்தது. பணம் சீக்கிரம் தீர்ந்து போக, பட்டினி கிடக்க வேண்டியிருக்குமா. பனியன் கம்பனிகளில் ஜி எஸ் டி பிரச்சினை வந்தபோது கூட பட்டினி கிடக்கவில்லை. கோவாவில் பட்டினிப் போராட்டம் ஏதாவது ஆரம்பித்துவிடுமா.

பயமாக இருந்தது குருவுக்கு. ஒவ்வொருவரும் ஒவ்வொரு விதமாகக் கவலைப்பட ஆரம்பித்து விட்டார்கள்... கீழே ரூம் கெடைக்குமா. மாடியா. எத்தனாவது மாடி. சுடுதண்ணீர் கிடைக்குமா. ஏசி ரூம்தா இருக்குன்னு விரட்டுவாங்களே. பக்கத்திலெ மெஸ் ஏதாச்சும் நம்ம பட்ஜெட்லே இருக்குமா.

பட்ஜெட் உதைக்குமே...

4

சட்டென முழிப்பு வந்துவிட்டது குருவுக்கு. ஒளிர்ந்து கொண்டிருந்த கைபேசியில் நேரத்தைப் பார்த்தான் பனிரெண்டு மணியைக் கடந்து பத்து நிமிடம் ஆகியிருந்தது. ஆஹா சரியான நேரம்தான் முழிப்பு வந்திருக்கிறது. டிக்கெட்டைப் பதிவு செய்து கொள்வதற்கு பனிரெண்டு மணிக்குப் பிறகுதான் நேரம். இன்று தொடங்குகிறது. சரியான நேரத்தில்தான் முழிப்பு வந்திருக்கிறது ஆறுதலாக இருந்தது முன்பே திரைப்பட விழா ஆப்பை அமைத்து வைத்திருந்தான். ஆனால் பனிரெண்டு மணிக்குத்தான் நான்கு படங்களில் வரிசையைப் பதிவு செய்ய வேண்டும் என்பது விதிமுறையாக இருந்தது. கைபேசியை எடுத்து கோவா திரைப்பட விழா ஆப்பைத் தட்டினான். அவன் நல்ல படங்கள் என்று குறித்து வைத்திருந்த தாளை எடுத்தான். உள்ளே சென்று முதல் படத்தைப் பதிவு செய்வதற்கு முன்பாகவே பிஸி என்று வந்தது. இந்த நேரத்தில் எல்லோரும் முழித்துக்கொண்டு பதிவு செய்கிறார்கள் போலிருக்கிறது என்ற எண்ணம் வந்தது. நமது விருப்பத்திற்கு ஏற்ப பதிவு செய்தால்தான் நல்ல படங்கள் கிட்டும். இல்லாவிட்டால் காமா

சோமா என்று ஏதாவது படத்துக்குதான் செல்ல வேண்டும் என்று பொதுவாகச் சொல்லியிருந்தார்கள்.

துவக்க விழாவில் இத்தாலிய படம் அவனுக்குச் சரியாகப் பிடிபடவில்லை இடம்பெயர்ந்த வருகிற அநாதைப் பையன் வீதியில் திரிந்துகொண்டிருக்கிறான். அவனை ஒருவர் கூட்டிக்கொண்டு போய் வீட்டில் தங்க வைக்கிறார்.அவருடைய இளம் பையன் இறந்துவிட்டார். இந்தப் பையனை வளர்க்கலாம் என்று ஒரு ஆறுதல் அவருக்கு ஏற்படுகிறது. அவர் மனைவியும் அதை நம்புகிறாள். பையனின் மரணத்தால் மனைவிதான் அதிகம் பாதிக்கப்பட்டு இருக்கிறார் காவல் துறைக்கு எந்தத் தகவலும் தர வேண்டாம். இயேசு நம்மைக் காப்பாற்றவே இந்தப் பையனை அனுப்பி வைத்திருக்கிறார் என்று பேசிக்கொள்கிறார்கள். அவனுக்குப் புது உடைகள் வாங்கித் தருகிறார்கள். நன்கு கவனித்துக்கொள்கிறார்கள். ஆனால், அவன் தான் முஸ்லிம் என்று சொல்கிறான் திரும்பத் திரும்ப. இவர்கள் இயேசு நாதரைப் பற்றிச் சொல்லி ஜெபிக்கச் சொல்கிறார்கள். தேவாலயத்திற்குக் கூட்டிக்கொண்டு போகிறார்கள்... அங்கு அவன் முஸ்லிம் நான் முஸ்லிம் என்றுக் கதறிக்கொண்டு வெளியே வருகிறான். அவனை வீட்டில் வைத்திருப்பது சிரமமாகிவிடுகிறது.

துவக்கவிழா படம் என்றால் பிரமாதமான படமாக இருக்கும் என்று அவன் நினைத்திருந்தான். ஆனால் அந்தப் படம் அப்படி ஒன்றும் மனதிற்குத் திருப்தி தரவில்லை. அவனைப் பெரிதாக பாதிக்கவில்லை

அடையாள அட்டை வாங்குவதற்காகப் போனபோது அந்த இடத்தில் திரைப்பட விழாவில் ஐம்பதாவது ஆண்டு விழா என்பதற்கான பெரிய அளவு பேனர்கள் தட்டிகள் எதுவும் இல்லை. வழக்கமாய் ஒளிர்ந்துகொண்டிருக்கிற விளக்குகள் கூட அதிகமாகத் தென்படவில்லை. “என்ன இப்படி இருக்கு ஐம்பதாவது வருஷம் திரைப்பட விழாவுக்கு பிரமாதமாக இருக்க வேண்டுமே... இப்படி சாதாரணமா இருக்கு” என்றார் விஸ்வம்.

“இல்ல நாளைக்குதான் ஆரம்பிக்குது அதுக்குள்ள எல்லாம் பண்ணிடுவாங்க” என்றார் சூசன்.

ஆறாம் எண் கவுன்டரின் முன் நிற்கச் சொன்னார்கள். வயதானவர்கள் உட்கார இடமில்லாமல் நின்று கொண்டிருந்தார்கள். அவர்களுக்கென்று தனி நாற்காலிகள் போடப்படவில்லை. அந்தப் பெரிய அறையில் வைக்கப்பட்டிருந்த இரண்டு ஏர்கூலர்கள் வெப்பத்தையே வெளியே அனுப்பிக்கொண்டிருந்தன. மார்பு பெருத்த இரண்டு பெண்கள் ஆறாவது கவுன்டரில் இருந்தார்கள். அதில் ஒரு பெண் சட்டென எழுந்து வந்து ஏர்கூலர் முன் நின்று தன் உடம்பை ஆசுவாசப்படுத்திக்கொண்டாள். மார்பு பகுதியைச் சரிசெய்து காற்றோட்டத்தை உடம்பில் படுமாறு நின்றாள். காற்று அவளின் மார்பைத் தேவையில்லாமல் வெளிக்காட்டுவதில் அக்கறை கொண்டிருந்தது. அடையாள அட்டை வாங்குவதற்காக இருந்தவர்களில் பெரும்பாலோர் வயதானவர்களாக உள்ளாகிறார்கள். இளைஞர்களே இல்லையா ஏன் இப்படிக் குறைவாக இருக்கிறார்கள். எல்லாவற்றுக்கும் நாளைக்குப் பதில் கிடைக்கும் திருவனந்தபுரம் திரைப்பட விழாவுக்குப் போனால் காணப்படுபவர்கள் பெரும்பாலும் இளைஞர்களாக இருப்பார்கள். இங்கு அப்படி இல்லையே. நாளை எல்லாவற்றிற்கும் பதில் இருக்கும் என்றார்கள். அவன் அடையாள அட்டையை பெற்றுக்கொண்டபோது அதில் இருந்த அவனின் புகைப்படம் வினோதமாக இருந்ததாகத் தோன்றியது. வழக்கமாய் வழங்கப்படும் திரைப்படங்கள் பற்றிய திரைப்பட விழாக் குறிப்புப் புத்தகங்கள் இல்லாமல் இருந்தது. பிறகு கிடைக்கும் என்றார்கள். இந்தமுறை ஒரு ஜான் அகலமுள்ள சாக்லெட் தருகிறார்கள். சாக்லெட் என்பது என்ன அபூர்வமான பொருளா... இல்லை ஏதாவது இனிப்பு தரவேண்டும். அப்படியா அதற்குதான்... இங்கிருக்கும் வயதானவர்களுக்கு பெரும்பான்மையோருக்கு சர்க்கரை வியாதி இருக்கும். இதைச் சாப்பிட்டால் என்ன பயன்... விருப்பம், இருப்பவர்கள் வாங்கிக்கொள்ளலாம், எபினேசர் எனக்கு சாக்லெட் வேண்டாம் என்றார், சூசன் உங்கள் சாக்லெட்

எனக்குக் கொடுங்கள் என்றார், முன்பெல்லாம் முதல் நாளில் எல்லா பிரதிநிதிகளுக்கும் ஒரு விருந்து இருக்கும். அதில் மதுபானமும் இருக்கும். இப்போது அதெல்லாம் காணவில்லை. வெறும் சாக்லெட்டுக்குள் எல்லாவற்றையும் அடக்கிக்கொண்டு விட்டார்கள். ஆமாம் இந்தியப் பொருளாதாரத்தைக் காப்பாற்ற வேண்டுமல்லவா. என்று கிண்டலடித்தார் எபினேசர். அவரின் முன் தொந்தி அவர் சிரித்த சிரிப்பில் குலுங்கியது.

அந்தப் பெரிய அறையை விட்டு வெளியே வந்த அவர்களுடைய குழு நின்று ஒரு புகைப்படம் எடுத்துக்கொண்டது. பலர் செல்ஃபிக்குப் போனார்கள். அடையாள அட்டையை மாட்டிக்கொள்ளுங்கள் அப்போதுதான் நம்பகமாக இருக்கும் சரி மாட்டிக்கொள்கிறோம் இன்னொரு படம் எடுத்துக் கொள்ளலாம். சரி கவுன்டரில் இருக்கும் பெண்கள் சரியாகப் பேசுவதில்லை. அவர்களுக்குத் தெரிந்த மொழியில் பேசுவார்கள். ஏன் அவர்களின் ஆங்கில மோகம் தெரிந்ததுதானே. ஆனால் இந்திதான் இந்திய தேசிய மொழி என்று ஆகிவிட்டது. எல்லோரும் இந்தி பேசுகிறார்கள் ஆங்கிலத்தில் பேசினால் பதில் சொல்வதில்லை. அவர்கள் என்ன செய்வார்கள் கல்லூரி மாணவிகள். தினந்தோறும் மதிய சாப்பாடும் இருநூறு ரூபாயும் தருவார்கள். அதற்காக வருவார்கள் ஆனாலும் அழகாகத் தான் இருக்கிறார்கள் என்று பேசிக்கொண்டார்கள்.

சாலையை கடந்து செல்லும்போது இரண்டு இளைஞர்கள் அவர்களுக்கு இணையாகச் சென்றார்கள்.

“போன வருஷம் கவுண்டர்ல பார்த்த பொண்ணுங்கள காணோம். அவங்களுக்கு எல்லாம் கல்யாணம் ஆயிருக்கும். புதுசா வந்திருக்கிறவங்க நல்லாத்தான் இருக்காங்க. அதுமாதிரி காலேஜ் ஸ்டூடண்ட்ஸ்தா பார்த்து வெப்பாங்க. அங்கு குடுக்குற இருநூறு ரூபாய்க்கு கம்பனி குடுப்பாங்களா.”

“வாய மூடுடா... தமிழ் தெரிஞ்சவங்க பக்கத்துல இருக்காங்க.”

எபினேசரின் மனைவி முகம் சுளிப்பதைப் பார்த்து அவர்களைப் பேச்சை நிறுத்தினார். அவர் முகத்தைச் சுளித்துக்கொண்டே

வெவ்வேறு வர்ணங்களில் தொங்கப்பட்டிருந்த பதாகைகளைப் பார்த்தாள். திரைப்பட விழா இலச்சு பல்வேறு வடிவங்களில் தொங்கிக்கொண்டிருந்தது.

குருவுக்கு இப்போதைய கனவில் அந்த கவுன்டரில் இருந்த பெண்கள்தான் திரும்பத் திரும்ப வந்தார்கள். மங்களூர் தொடர்வண்டி நிலையத்தில் பார்த்த பெண்களைவிட அழகாக இருந்தார்கள். மங்களூர் தொடர் வண்டி நிலையத்தில் பார்த்த அந்தப் பெண்களும் அங்கு அடையாள அட்டைகளை வாங்க வந்திருந்ததைக் கவனித்தான். அப்போது தமிழ் அடையாளமாக புடவை கட்டிக்கொண்டு இருந்தார்கள். அதிகாலையில் பார்த்ததைவிட அவர்கள் அழகாகத்தான் இருந்தார்கள்.

அப்போ நம்மாளுகதானே.

கைபேசியில் திரைப்பட விழா படங்கள் முன்பதிவு செய்ய முடியவில்லை. அரை மணி நேரம் ஆகிவிட்டது. தூக்கமும் போய்விட்டது. விஸ்வம் முன்பதிவு செய்து கொண்டாரா என்று கேட்கலாம் என நினைத்தான். அவருக்கும் அதே அறையைக் கொடுத்திருந்தார்கள் அவர்கள் குழுவில் வந்த எல்லோருக்கும் ஒரே விடுதியில் இடம் கிடைத்தது ஆறுதலாக இருந்தது. சூசன், சினிமா விமர்சகர் பிரான்சிஸ் குருவின் அறைக்கு வந்து மூன்றாவது மாடிக்குச் செல்லுங்கள். நாங்கள் இந்த அறையில் இருக்கிறோம் என்று சொன்னார்கள் “அதெல்லாம் முடியாது நாங்க லக்கேஜ் எல்லாம் ஓபன் பண்ணி விட்டோம். நீங்க வேண்ணா மேல போய் இருங்க. எங்களுக்கு மூணாவது மாடியில் அறை கொடுத்திருக்காங்க. நாங்க இங்க இருக்கலாம் என்றிருக்கிறோம்.”

அவர் மறுத்துவிட்டார். நீங்க வேணா மேல போங்க. நாங்க போக முடியாது. எங்களுக்கு என்ன ரூம்ன்னு நாங்க விருப்பமா எடுத்துக்க முடியாதா என்றார்.

விஸ்வம் படுக்கை அருகில் சென்று குரு சார் சார் என்றான். அவர் துவக்கவிழா படம் முடிந்து வரும்போது மதுக்கடைக்குச் சென்று பிராந்தியும் வொய்னும் வாங்கிக்கொண்டார். அறைக்கு

வந்தபின் பிராந்தி சாப்பிட ஆரம்பித்துவிட்டார் .இப்போது நல்ல தூக்கம் வந்துவிட்டது போலிருந்தது. சார் சார் என்று குரல் கொடுத்தான். மெல்ல நெளிந்தபடி கண்களைத் திறக்க முயற்சித்தார் விஸ்வம்.

“மணி பனிரெண்டு ஆகுது. பட புக் பண்ணலாமா?”

“நான் பண்ணிட்டேன்.”

“எவ்வளவு படம் பண்ணலாம்.”

“ரெண்டு படம்தான் புக் பண்ண முடுஞ்சது. மீதி ரெண்டு பண்ண முடியல. இப்பதா தூங்க ஆரம்பிச்சேன். நாளைக்கு கவுன்டர்ல போய் பண்ணிக்க வேண்டியதுதான்.”

“நான் ஒண்ணுகூட பண்ணமுடியலே சார்.”

“தூங்கப்பா... காலையில் பார்த்துக்கலாம்.”

ஏதாச்சு ஒண்ணு ரெண்டு பண்ணாக் கூட பரவாயில்லைங்க. அதுதான் முடியலைங்க. பிசி அல்லது ஃபுல்ன்னு வருது.”

“காலைல பாத்துக்கலாம்.”

ஒரு நிமிடம் புரண்டு படுக்கும் விஸ்வத்தைப் பார்த்துக் கொண்டிருந்தான். அவர் சிரமத்துடன் மூச்சுவிட்டுக் கொண்டிருந்தார். அது சீக்கிரம் குறட்டையாக மாறக்கூடும். காலையிலேயே போய் கவுன்டரில் பதிவு செய்து கொள்ள வேண்டும் என்ற தீர்மானத்துடன் தன் படுக்கைக்குத் திரும்பினான். கண்களையும் மூடிக்கொண்டபோது பதிவு செய்யும் இடத்தில் இருந்த அழகான பெண்கள் ஞாபகம் வந்தார்கள். அவர்களை நினைத்துக்கொண்டு கண்களில் இறுக்கியபடியே தூங்க முடியும் என்று அவனுக்குத் தோன்றவில்லை. வர்ணமயமான உடைகளுடன் பலர் நினைவில் வந்து போனார்கள்,

பேரழகிகளைப் பார்ப்பதற்காகவே அவன் கோவா வந்ததாகச் சொல்லிக்கொண்டான்.

5

விஸ்வம் மிகவும் பாதுகாப்பாக வைத்திருந்த அந்த பார்சலைத் திறந்தார். அதைத் தொடர்வண்டியில் கொண்டு வரும்போது மிகவும் ஜாக்கிரதையாகத்தான் கொண்டு வந்தார். யாருடைய பாதுகாப்பிலும் அவர் வைக்கவில்லை. என்னவென்று கேட்டபோது அப்புறம் சொல்றேன் என்றார்.

"அப்புறம் சொல்றேன்னு சொன்னீங்க. இப்ப வந்து சொல்லுங்க அது என்னன்னு?"

அவர் அதைப் பிரித்துக் காண்பித்தார். அதில் மூன்று வர்ண ஓவியங்கள் மர சட்டத்தால் பிரேம் செய்தபடி அலங்கரிக்கப்பட்டிருந்தன.

"ஆ பெயிண்டிங். சூசன் சார் கூட சொல்லி இருக்காரு. நீங்க டிராயிங் மாஸ்டர்ன்னு."

"டிராயிங் மாஸ்டர்ன்னு மட்டும்தான் சொன்னாரா. பெயிண்டர்ன்னு சொல்லலையா . நான் ஒரு ஆர்ட்டிஸ்ட். பெயிண்டர் அப்படிச் சொல்லிக்கொள்ள எப்பவும் விரும்புறேன்."

"ஓகே ரொம்ப அருமையா இருக்குங்க. ரொம்ப ஜாக்கிரதையா கொண்டுட்டுவந்தீங்க. ரொம்ப நல்லா இருக்கு. இந்த மூன்று

பெயிண்டிங்கில் ஒண்ணு சார்லி சாப்ளின் படம்னு தெரியுது. மத்த ரெண்டு புரியல. ஒண்ணுல வெறும் சினிமா டிக்கெட் எல்லாம் இருக்கு. அது ஏதோ பிலிம் ஃபெஸ்டிவல் டிக்கெட்டுக.. அதையெல்லாம் வெச்சு ஏதோ கொலாஜ் பண்ணியது மாதிரி இருக்கு. இன்னும்... இன்னும் ஒண்ணு. இல்ல இன்னொண்ணு... அது என்ன?"

"அதிலெ இருக்கிறவங்க எல்லாம் திரைப்பட மேதைகள். பெரிய மாஸ்டர்ஸ் அவங்களையெல்லாம் வெச்சு இந்த கோலோஜ் பண்ணியிருக்கேன்."

"பெரிய மாஸ்டர்கன்னு சொல்றீங்க எனக்கு ஒருத்தர் கூட தெரியல."

நானும் கூட ஆறேழு வருஷம் முன்னால இவங்க யாரையுமே தெரியாமத்தான் இருந்தன். கோயம்புத்தூர்ல கோணல்கள் ஒரு திரைப்பட சங்கம் இருக்கு. ஆனந்த் அத நடத்திவிட்டு இருக்கிறார்... ஆனந்த் திரைப்பட மேதைகள்னு அறநூறு பக்கத்துக்கு ஒரு புத்தகம் எழுதியிருக்கிறார். அதெப் படிச்சிப் பார்த்துட்டு அந்த டைரக்டர்களோட படங்களை எல்லாம் தேடிப் பிடிச்சுப் பார்த்தேன். அப்புறம்தான் இந்த பிலிம் ஃபெஸ்டிவல்க்கு வரணும்ன்னு தோணுச்சு. நாலு வருஷமா வந்துட்டு இருக்கேன். இங்கயும் பெரிய பெரிய மாஸ்டர்லாம் வந்துட்டு போயிட்டு இருக்காங்க. நான் அவங்களைச் சந்திச்சுதான் இருக்கேன். அது நல்ல விஷயம்."

"ஆனா அவங்க யாருன்னு எனக்குத் தெரியல."

"படங்கள் பார்க்க, சினிமா பற்றிப் படிக்க படிக்க மெல்ல மெல்லத் தெரியும்."

"இந்த ஃபெஸ்டிவலுக்கு வரவங்கள்லே எவ்வளவு பெரிய ஆட்கள் இருக்காங்க தெரியுமா. எவ்வளோ பெரிய மாஸ்டர்ஸ் இருக்காங்க. இங்க வர்ரவங்களெப் பத்தித் தெரிஞ்சுக்க... அப்படின்னு தெரியவரும்போது ரொம்பப் பெருமையா இருக்கும். இந்தியாவிலேயே அரசாங்கம் நடத்துற முதன்மையான திரைப்பட விழா இதுதான். நிரந்தரமா இங்க நவம்பர் மாசம்

நடக்குது. அப்புறம் ஒவ்வொரு மாநிலத் தலைநகர்களில் நடத்துறாங்க. அதெல்லாம் இரண்டாம்பட்சம்தான். இதுதான் முதன்மையான திரைப்பட விழா. அதுவும் இந்த வருஷம் இது ஐம்பதாவது திரைப்பட விழா அப்படிங்கறது ரொம்ப வித்தியாசமா இருக்கு.”

“நீங்க இந்த வருஷம் ஐம்பதாவது விசேஷம்ன்னு சொல்றீங்க, ஆனா பெரிய விஷயமா ஒண்ணும் தெரியல.”

“குரு நீ சரியா கவனிக்கல. ஏதுத்த மாதிரி இருக்கிற குழந்தைகள் பூங்கா போகலாம் அங்க குழந்தைகள் திரைப்பட விழா நடக்குது. அதைத் தவிர பல இடங்களில் ஓப்பன் ஏர் ஸ்கிரீனிங் நடக்குது. ஜோக்கர் பார்க், மிராமர் பீச்... இந்த இடத்தில நடக்கும். எதுத்தமாதிரி நடைபாதையில் ஒரு கிலோ மீட்டர் அளவுக்கு ஸ்டால்க போட்டிருக்காங்க பார்த்தியா. எல்லாம் சினிமா சம்பந்தமான மாஸ்டர்ஸ்ஸோட படங்கள் பற்றிய கண்காட்சிகள்... அதைத் தவிர நிறைய ஓவியக் கண்காட்சிகள்... கலைப்பொருட்கள் கண்காட்சி வெவ்வேறு வகையான கண்காட்சிகள்... சிற்பங்கள்... எல்லாம் குவிஞ்சுகிடக்கு.”

“ஆமா மேலோட்டமாப் பாத்தங்க. ஆனா படத்துக்குப் போற வேகத்துல அதை எல்லாம் சரியா பார்க்க முடியல.”

“கண்டிப்பா அதுக்கு நேரம் ஒதுக்கிப் பாருங்க. ஒரு படத்துக்கும் இன்னொரு படத்துக்கும் இடையில் உள்ள நேரத்துல அங்க போய் பாருங்க.”

“எதுத்த மாதிரிப் பார்த்தா பெரிய பெரிய கேசினோவா கப்பல்கள்தான் தெரியுது அதுக்குக் கட்டணம் ஆயிரம் ரெண்டாயிரம் அப்படின்னு கேள்விப்பட்டேன்.”

“ஆமா காசு நிறைய இருந்தா அதையும் போய் பாருங்க. ராத்திரி நேரத்துல போனா உல்லாசமாய் இருக்கும். அது தனி உலகம்.”

“நீங்க போய் இருக்கீங்களா?”

“போயிருக்கேன்.”

“நமக்கு முடியுமா. ஃபெஸ்டிவல் முடியற அன்னைக்கு முந்தின நாள் ராத்திரி ஊருக்கு ட்ரெயின் புக் பண்ணியிருக்கோம். இதுல காசுக்குப் பஞ்சம்... போறதுக்கு நேரம் கிடைக்குமான்னு தெரியல.”

“காசு நிறைய இருந்தா போங்க. இல்லைனா அதைப் பத்தி மறந்துடுங்க. வந்த சினிமா பார்க்கிற வேலையை மட்டும் செய்யுங்க.”

“சரிங்க சார்... இப்ப நீங்க இந்த மூணாவது பெயிண்டிங்ல என்ன சொல்லி இருக்கீங்க... இந்த டிக்கெட்க எல்லாம் ஒட்டி இருக்கீங்க?”

“போன வருஷம் வரைக்கும் ஃபெஸ்டிவல்லே டெலிகேட்ஸ் ஒருத்தர் அஞ்சு படம் பார்க்கலாம். இந்த வருஷம் அத நாலு படமாப் பண்ணிட்டாங்க. முந்தியெல்லாம் டிக்கெட் புக் பண்ணுனா பிரின்ட் அடிச்ச டிக்கெட் கொடுப்பாங்க. இப்போ எல்லாம் ஆன்லைன் புக்கிங்தான். டிக்கெட் இல்லாம போச்சு. நம்ம செல்போனை காமிச்சு ஸ்கேன் பண்ணி உள்ள போயிட்டு இருக்கிறோம் .இந்த டிக்கெட்டில்லெஸ் சிஸ்டம் வந்துருச்சு .அதெக் காமிக்க இது. பழைய டிக்கட்டுகளை வைத்து ஒரு கொலோஜ் பண்ணி இருக்கேன்.”

“சரி இந்த இன்னொரு பெயிண்டிங்ல இருக்குற பெரிய மாஸ்டர்க யாருன்னு எனக்குத் தெரியல.”

“பேர் சொல்லட்டுமா அகிரா குரோசாவா... இங்க்மர் பெர்க்மன், தார்க்கோவ்ஸ்கி, வெர்னர் ஹெர்ஸாக்... வேற... ஜோக் ராபர்ட் பிரஸ்ஸோன், எப்படி?”

“ஒரு பேரு கூட கேள்விப்பட்டதில்லை.”

“இப்பதான் முதல் முறையா ஒரு ஃபெஸ்டிவலுக்கு வந்து இருக்கீங்க. அதனால தெரியாம இருக்கலாம். ஆனால் தொடர்ந்து வாங்க... படங்களைப் பாருங்க. அப்பத் தெரியும்.”

“சரி சார் இந்த பெயிண்டிங்ஸ் எல்லாம் எதுக்குக்கொண்டு வந்திருக்கீங்க.”

“இங்க வர்ற பெரிய மாஸ்டர்களுக்கெல்லாம் காமிக்கிறது. அவங்களோட போட்டோ எடுக்குறது .இங்கே தூர்தர்ஷன், தனியார் டிவிக்காரங்க நிறையப் பேரு வருவாங்க பேட்டி எடுப்பாங்க... பத்திரிகைக்காரங்களும் நிறையப்பேர் வருவாங்க அவங்ககிட்ட எல்லாம் காமிப்பன். நேத்து ராத்திரிதான் தூர்தர்ஷன் இந்த ஃபெஸ்டிவல்லே போட்டு இருக்கிற கேம்ப் ஆபீஸ் போய் இருந்தேன். இந்தப் பெயிண்டிங் பத்திச் சொன்னேன் .கொண்டு வாங்க. இந்த பெயிண்டிங்கை வைத்து ஒரு பேட்டி எடுத்திடலாம் அப்படின்னு சொன்னாங்க. கொண்டு போகணும் தூர்தர்ஷனில் பேட்டி வந்தா இந்தியா முழுக்கவும் நான் தெரியவருவேன் எங்கேயோ போயிடலாம்.”

“நல்ல விஷயம்தான் இதுல லூயி புனுவல்ன்னுது ஒரு பேரு இருக்குது அவங்க எந்த நாட்டுக்காரங்க.”

“ஸ்பெயின் நாட்டுக்காரங்க. பத்தொன்பதாம் நூற்றாண்டின் ஆரம்பத்தில் எக்ஸ்பிரஸனிசம், கியூபிஸம், டாடாயிசம், சர்ரியலிசம்... அப்படின்னு பல பரிமாணங்களை வெச்சு ஐரோப்பாவில் ஓவியமும் பெயிண்டிங்கும் சினிமாவும் வளர்ந்தது. அதில் ஒரு முக்கியமானவரு. போகப்போக தெரிஞ்சுக்குங்க நிறைய படம் பாருங்க.”

காலையில் ஏழு மணிக்கு எழுந்து பதிவு செய்யப் போகலாம் என்று தொந்தரவு செய்தான்.

“எட்டு மணிக்குத்தாங்க கவுண்டர் ஓபன் பண்ணுவாங்க. அப்பப் போகலாம்.”

“ஆனால் கூட்டம் வந்துடும். நான் ஒரு டிக்கெட் கூட புக் பண்ணல நீங்களும் இரண்டு டிக்கெட் புக் பண்ண வேண்டியிருக்கு.”

“ஆமாம் நான் ரெண்டு பண்ணணும். பெரிய சிக்கல். ராத்திரி பனிரெண்டு மணிக்கு ஆன்லைன் ஓபன் பண்றாங்க. நாமோ அப்ப முழிச்சு இருந்து புக் பண்ண வேண்டி இருக்கு. தூக்கம் கெடுத்து இப்படி பனிரெண்டு மணிக்கு ஆன்லைன்ல

புக் பண்றது... சை... தூக்கம் கெடறது. இதையெல்லாம் ஃபெஸ்டிவல் டைரக்டரட் செய்யறது ஒருவகை வன்முறை."

"அப்படிச் சொல்றீங்களா... பெரிய வார்த்தை."

"ஆமா பனிரெண்டு மணிக்கு எந்திரிச்சு ஆன்லைன் புக்கிங் பண்ணு அப்படின்னு சொல்றது வன்முறைதான். என்ன... தூக்கத்தைக் கெடுத்துப் பண்ண வேண்டியிருக்கு."

அப்போது விஸ்வத்தின் கைபேசி ஒளிர்ந்து மறைந்தது.

"நம்ம ரூமுலிருந்து இருபது நிமிஷமாவது நடக்க வேண்டி இருக்கு. ரோடு ரோடா மாறி மாறி வருவதற்குச் சிரமம். ராத்திரியில் திரும்பிப் போகும்போது அடையாளம் தெரியாமல் போகுது. பயப்பட வேண்டி இருக்கு. வழியில் இருக்கிற அடையாறு பவன், கிஸ்மத் ஆனந்த் பவன் இதிலெல்லாம் ஒரு வட ரெண்டு இட்லி ஒரு காபி இதுக்கே நூத்தம்பது ரூபா ஆகுது. சின்னக் கடைக்குப் போனா நூறு ரூபாயில அடக்கலாம். அதுக்குத் தேட வேண்டி இருக்கு."

"இங்க நிறையப் படம் போடற அய்னக்ஸ் காம்ப்ளக்ஸ் பக்கம் லாட்ஜ்ல இடம்பிடிக்கிறது கஷ்டம். வாடகை இரண்டாயிரம் மூவாயிரம் இருக்கும்."

"அதெல்லாம் நமக்குத் தாக்குப்பிடிக்குமா சார். பட்ஜெட் இப்போவே ஓதைக்கது. வழக்கமான லாட்ஜ் இல்லாம வேற லாட்ஜ், வேற எடத்தில போனதால எகிறிப் போச்சு. அதை அட்ஜஸ்ட் பண்றதுக்கு சாப்பாட்டில்தாங்க கையை வைக்க வேண்டியிருக்கு. சாப்பாட்டில் கை வைச்சா அரைகுறைப் பசியிலெ தூக்கம் வருமா... சரியான சாப்பாடு இல்லாம பசியிலெ படம் பாக்க முடியுமா. இதெல்லாம் கேள்வி இருக்கு."

"ஆமா ஒரு பனியன் கம்பெனியில் வேலை பார்க்கிற உன்னுடைய சிரமங்கள் புரியுது. அதையும் பார்த்து நடந்துக்கோ, டார்மிட்டரி பல எடங்களே இருக்கு. விசாரிக்கணும்."

“இவ்வளவு தூரம் வந்து விட்டோம் பீர், பிராண்டி, பென்னி இதெல்லாம் ரொம்பவுமில்லைன்னாலும் கொஞ்சமாவது டேஸ்ட் பண்ணனும். சீப்புன்னு தெரியுது, ஆனால் பெரிசா வாங்க முடியல.”

“அதுதான் நேற்று இரண்டு பாட்டில் பீர் வாங்கிட்டியே.”

“நம்ம பட்ஜெட்ல பீர்தான் வரும். இந்தப் பத்து நாளைக்கு இரண்டு பாட்டில் பீரை வெச்சு ஓட்ட வேண்டியதுதான். ஆசை இருக்கு... தாசில் பண்ண... ஆனா காசுதான் இல்லை.”

விஸ்வத்தின் கைபேசி மீண்டும் ஒளிர்ந்தது. வந்த இடத்தில் அடுத்த நாளைக்கான டிக்கெட்டுகளைப் பதிவு செய்துகொண்டு அந்த ஹாலில் இருந்த குளிர்சாதனப் பெட்டியின் முன் உட்கார்ந்து ஆசுவாசப்படுத்திக்கொண்டு இருந்தார்கள். ஆண்களும் பெண்களும் குவிந்து அந்தக் குளிர் காற்றைப் பகிர்ந்து கொண்டிருந்தார்கள்.

“என்ன சார் போன் வந்துட்டே இருக்கு. நீங்க எடுக்காம இருக்கீங்க.”

“ஆமா. எங்க வீட்டம்மா கூப்பிடுறாங்க... பேசறேன்.”

குரு டிக்கெட்டுகளைப் பதிவு செய்துகொள்ள இருப்போர் நிற்கும் நான்கைந்து வரிசைகளைக் கவனித்தான். அவற்றில் பெரும்பாலும் பெண்கள் காணப்பட்டனர் அதுவும் இளம்பெண்கள். அவர்களின் நவீன உடைகளும் முகப் பூச்சுகளும் அவர்களை மிக நவீனமாகக் காட்டிக்கொண்டிருந்தன . பனியன் கம்பெனியில் தினந்தோறும் பார்க்கிற நோஞ்சான் பெண்களின் மத்தியில் இவர்களின் அழகும் அடர்த்தியான உடலும் அவனை நிலைகுலைய வைத்தது. பரபரப்பானான்.

“அப்பா... இதெல்லாம் டெய்லி பார்த்தா உடம்பே ஒரு மாதிரி ஆயிடுது.”

“வீட்டிலிருந்து போன் வந்தது... அங்க நடக்கிற விஷயங்கள் எல்லாம் கேட்டா உடம்பு ஒருமாதிரிதான் எனக்கும் ஆகுது.”

“என்னங்க அப்படி ஒரு விஷயம்.”

“எங்க அண்ணன் பொண்ணு ஒண்ணு இருக்கு அது சம்பந்தமான விஷயம்தான் டார்ச்சர் பண்றாங்க. இங்கே வந்துட்டோம் தப்புச்சோம்ன்னு நினைச்சேன். தப்பிக்க முடியாமல் போன் பண்ணி தகவல் சொல்லிக்கிட்டே இருக்காங்க ஏன் போன் பண்ணா எடுக்கமாட்டேங்கறீங்க அப்படின்னு ஒரே ரகளை வேற... தியேட்டருக்குள் இருந்தா போன் டவர் கிடைக்காது பேசமுடியாது. அதெல்லாம் அவங்களுக்குத் தெரியவில்லை... கோவா போனீங்களா ஜாலியாக இருக்கீங்க... சினிமா பாக்கப் போனீங்களா ஜாலியாக இருக்கீங்க அப்படின்னு தான் அவங்க சொல்றாங்க... நினைக்குறாங்க... டிக்கட் பதிவு பண்ண முடியாம காலையில் எந்திரிச்சு லொங்கு லொங்குன்னு வர்ரது கூட அவளுக்குத் தெரியாது. எல்லாம் எதுவும்னாலும் என்ஜாய்மென்ட்ன்னு நினைக்கிறாங்க. அதைத்தாண்டி சினிமா பத்தி இருக்கிற நல்ல விஷயங்களை யாரும் புரிந்து கொள்ளல்லை.”

“நம்ம தமிழ்நாட்டுல சினிமாக்காரங்கதான் ஆட்சி பண்றாங்க. இனியும் வருவாங்க. இனிமேலும் வருவாங்க போல இருக்கு. ஆனா சினிமா பத்தி நமக்கு என்ன பெரிய அக்கறை இருக்கு.”

“பரவால்ல குரு ரெண்டு நாள் பிலிம்பெஸ்டிவல்லே படம் பார்த்த உடனே உனக்கு இந்தக் கேள்வி வந்துருச்சு பாரு அதுதான் நல்ல சினிமாவுடைய தாக்கம்.. கீப் இட் அப்.”

அவனுக்கு விஸ்வத்தின் பாராட்டு திரையரங்கினுள் கிடைக்கும் குளிர்ச்சியான சூழலுக்குள் உட்காரவைத்தது போல் இருந்தது. இந்தக் குளிர்ச்சியைச் சில நாட்களுக்கு அனுபவிக்கலாம். லேசான வெயிலில் வலது புறம் இருந்த பருத்த வேப்பமரத்தின் குளிர்ச்சி மெல்லக் கரைந்துகொண்டிருந்தது.

6

எபினேசர் தன் உடம்பைத் தளர்த்திக்கொண்டார். முழுக்கைச் சட்டை வெயிலில் தளர்ந்து வியர்வையுடன் ஒட்டிக் கொண்டிருந்தது. எதிர்த் திசையிலிருந்து வந்த காற்றாடியின் காற்று ஆசுவாசப்படுத்தியது போல் அவரின் முகம் இறுக்கத்திலிருந்து தளர்ந்தது. அவர் மனைவி கண்களை மூடிக்கொண்டு சாப்பாட்டிற்கு முந்திய சிறு ஜபத்தில் இருந்தார். அவர் ஜெபம் மற்றும் குளிர்ந்த காற்றை உள்வாங்கிக்கொண்டவர் போல் இயல்பாகிவிட்டார்... எபினேசர் தம்பதி இரண்டு மூன்று படங்களே தினமும் பார்ப்பார்கள். சாப்பாட்டிற்குப் பிறகு இரண்டு மணிக் காட்சிக்குச் செல்லாமல் அறைக்குச் சென்று ஓய்வெடுத்துக் கொண்டு ஆறு மணிக்காட்சிக்குத் திரும்புவார் அவர் மனைவியுடன்.

“இந்த எண்பது வயசிலே இது போதும். தெனந்தோறும் அஞ்சு படம் பாக்க வேண்டியதில்லை. வழக்கமான வேலையிலிருந்து மாறுதலா ரிலாக்ஸ் பண்ணிக்க இங்க வர்றது போதும்... இது இனி எத்தனை வருசத்துக்கு வருவம்ன்னு தெரியாது. ஆனால் உற்சாகம் கொறஞ்சிருக்கு. வெயிலும் நெரிசலும் சங்கடமா இருக்கு...” என்பதைச் சந்திக்கிறவர்களிடம் அவர் சொல்வது வழக்கம்.

இன்றைக்குக்கூட இரண்டாம் படம் ஆரம்பித்துப் பத்து நிமிடங்களில் இருவரும் வெளியேறிவிட்டனர். ஓரினப் புணர்ச்சியாளர்கள் பற்றிய படமாக அது இருந்தது. பாலியல் ரீதியான அப்பட்டமான காட்சிகள் இருந்தன. எபினேசர் கிளம்பலாம் என்று சொல்லி வெளியேறிவிட்டார். நெதர்லாண்டைச் சார்ந்த படம். முக்கியப் படம் என்பதால் முன்பதிவில் கடைசியில்தான் டிக்கெட் கிடைத்தது. திரையரங்கில் நீண்ட வரிசையில் கலா அகாடமி திரையரங்கில் அரை மணி நேரம் நின்று கால்வலி வந்துவிட்டது, நின்று படம் பார்க்க வந்தார்கள்.

பத்து நிமிடத்திற்குப் பின் வெளிவந்து உணவு விடுதியில் காபி சாப்பிட்டார்கள். முக்கியமான படமென்று எல்லா தினசரிகளும் சொல்லின" முக்கியமான தீம்தா. ஓரினப் புணர்ச்சியாளர்கள் உரிமைகள் பற்றிப் பேசும் படம். இங்கேயே ஏதாச்சும் விருது கூடக் கிடைக்கலாம். பின்நவீனத்துவ விசயமாச்சே" அங்கு உருளைக்கிழங்கு சேர்ந்த தின்பண்டங்கள் எப்போதும் இருக்கும். அவருக்குப் பிடிக்காது. வேறு வழியில்லையென்று சாப்பிடுவார்

"அய்னக்ஸ் பக்கம் போலாமா... பிரி ஆட்டோ சர்வீஸ் கெடைக்கும்."

"ரிசர்வேசன் இல்லாமெ எங்கையும் இந்த வருசம் நுழையமுடியலே. ரஷ் லயன் சிஸ்டம் இந்த வருசம் இல்லாமப்போச்சு.அது ஒரு கஷ்டம்."

மெல்ல நடந்து கிழக்குப் பக்கமிருக்கும் மாண்டோவி நதிக்கரைக்குச் சென்றார்கள். இந்த ஆண்டு அதன் எல்லையைக் குறுக்கிக் கொண்டது போல தட்டிகளை வைத்துப் பார்வை இடது புறம் தூரம் செல்லாமல் தடுத்திருந்தார்கள். எல்லாம் செக்யூரிட்டி செக் அப் என்ற ரீதியில் இருந்தன. வெகுவான கட்டுப்பாடுகள் இருந்தன.

"இந்தத் தடவையாச்சும் கோவாவின் இரண்டு முக்கிய நதிகளான இந்த மண்டோவியும் ஜூவரியும் இணையும் கும்பர்சுவா

கால்வாய்க்குப் போகணும். ஏராளமான முதலைகளைப் பார்க்கலாம். அவைகள் வாழ்விடத்திலேயே, நெருங்கிச் சென்று அவற்றினை ரசிப்பது நல்லா இருக்கும். முதலைக்கறி அங்கே கெடச்சாலும் கெடைக்கும்."

"போலாம் பாவா... நேரம் ஒதுக்கப்பாருங்க."

"பசிலிக்கா போகணும். கோவாவின் புனித இரட்சகர் புனித பிரான்சிஸ் சேவியரின் உடலானது அங்க இருக்குது. பன்னிரண்டு ஆண்டுகளுக்கு ஒரு முறை மட்டும் அவரது உடல் வெளியே எடுக்கப்பட்டு மக்களின் வழிபாட்டுக்கும், பார்வைக்கும் வைக்கப்படுகிறது. அது கடைசியாக 2004 நடந்தேறிப் பல ஆண்டுகளாச்சு. அந்த பாக்கியம் நமக்குக் கிடைக்கலெ. அப்படியே வெல்காஸ் கான்குயிஸ்டாஸ் பகுதிக்குப் போகணும். போர்ச்சுகீசிய-கோவா கால கட்டிடக் கலைக்குச் சான்றாகும் அந்த ஏரியா. டிரக்கால், சோப்ரா, கோர்ஜியம், அகுடா, காஸ்பர் டயஸ் கபோ-டி-ரமா போன்ற பல கோட்டைகள் கூட அங்கிருக்கு."

"அரை நாள் டூர்லேயாச்சும் அரஞ்சு பண்ணுங்க பாவா."

"நாம கேக்கற எடங்களுக்கு அந்த மாதிரி டூரெல்லா இருக்காது. டாக்சி புடிச்சுப் போலாம். போன தரம் வந்தப்போ தெற்குப் பகுதிக் கடற்கரைக மட்டும் அரை நாள் பாத்தமே. கடற்கரையா பலதெக் கொண்டுபோய் காமிச்சானுக."

"என்ன சாப்படலாம்... கோன்கட்கேட்."

"அது என்ன?"

கோன்கட்கேட் - கோவா கொங்கனி மக்கள் சமூகத்தினரிடையே இந்த உணவு பிரபலமானது. நெய் சேர்த்த பிறகு குண்டு அரிசியோட சாப்பிடலாம். கோன்கட்கேட் "நல்ல டேஸ்ட்டா இருக்கும்."

"சைவமா?"

"ஆமா குண்டு.கேரட், உருளைக்கிழங்கு, பச்சை பீன்ஸ் மற்றும் முருங்கைக்காய் காய்கறிகளுடன் டூர் பருப்பு மற்றும் சன்னா

பருப்பு, காஷ்மீரி சிவப்பு மிளகு அரைத்த தேங்காயில் இருந்து தயாரிக்கப்படும் காரமான தேங்காய் பேஸ்ட். மற்ற மசாலாப் பொருட்களுடன் பிரபலமானது. நெய் சேர்த்த பிறகு குண்டு அரிசியோட...”

“சமையல் குறிப்பையே சொல்றீங்க.”

“கூகுள் கடவுள் உபயம்.”

“வேண்டா . ஏதாச்சும் அசைவம் சொல்லுங்க.”

“சமராச்சி கோடி.”

“என்ன... மீன் வகையா?”

“ஆமா.”

“சமையல் குறிப்பு சொல்லுங்க.”

“உலர் இறால், வெங்காயம், தேங்காய், புளி மற்றும் தக்காளி, காரமான மசாலா பொருட்கள். தேங்காய்ப் பால் ஒரு வழக்கமான சுவை. இறாலுக்குப் பதிலாக பம்பாய் வாத்துகள் கூட உண்டு.”

“பம்பாய் வாத்தா அது என்ன?”

“தெரியாது... இறால் போதும். சமராச்சி கோடி சூடான அரிசியோடயும் ஊறுகாயாகவும் இதெல்லா புதுசாக் கேக்கறப்போ கொஞ்சம் தயக்கம் எப்படி இருக்குமோன்னு சிக்கனே போதும்ன்னு தோணுது.”

“அதெயெ சொல்லிடவா. சிக்கன் சாகுட்டி நல்ல மணமா இருக்கும்.”

“வெலை என்ன?”

“எதுவோ இருந்துட்டுப் போகட்டும். ஒண்ணு கவனிச்சியா. நம்ம கூட திருப்பூர் பனியன் கம்பனி பையன் வந்திருந்தான். இந்த ஓட்டலுக்குப் போறமுன்னு சொன்னதும் ஓட்டலை ஏறிட்டுப் பாத்தான். முகம் கருகிடுச்சு. வேற ஓட்டல்க்குப் போறன்னு போனான்.”

“நானும் கவனிச்செென். என்னமோ சினிமாவுலே இண்டரஸ்ட். இந்தச் செலவையெல்லா அவன் எதிர்ப்பாக்குலேன்னான். சினிமா டைரக்சன்னு யார் கிட்டாயாச்சும் சேரணும்ன்னு சொல்ல ஆரம்பிச்சான்”

“கோவாவுக்கு சினிமா பாக்க ஆசையோட வந்தது பரவாயில்லெ. சினிமாவுலே சேர்ரதுக்கு சென்னைக்குப் போறன்னு ஆசப்படாதேன்னு ஒரு வார்த்தை அவன் கிட்ட சொல்லணும்.”

“செரி...”

“ஒரு இனிப்போட சாப்பாட்டெ ஆரம்பிக்கலாமே. கொங்கணி ஸ்விட் ஒண்ணு.”

“பெபின்கா... சாப்புடலாமா?”

விபரம் சொல்லுங்க, “தேங்க்ஸ் கூகுள் காட்.”

பெபின்கா கோவாவின் மிகவும் பிரபலமான இனிப்புகளில் ஒன்று பெபிங்கா. தேங்காய்ப் பால், சர்க்கரை, முட்டை மற்றும் மாவு ஆகியவற்றிலிருந்து தயாரிக்கப்படும் இந்த மல்டிலேயர் கேக் அப்பத்தின் ஒரு பதிப்பாகும். இந்த டிஷ் கேரமல் சர்க்கரையைக் கொண்டுள்ளது, மற்றும் வழக்கமான மட்டுமல்ல,

“இனிப்புக்கு ஒரு சுவை இது. போதுமா?”

திமுதிமுவென்று பலர் உள்ளே நுழைந்து நாற்காலிகளை ஆக்கிரமித்தார்கள். எல்லோரின் கழுத்திலும் ஏகதேசம் திரைப்பட விழா அடையாள அட்டைகள் தொங்கின.

பிஸ் மீல்ஸ் என்று ஏகோபித்த மாதிரி பல நாற்காலிகளிலிருந்து குரல்கள் வந்தன.

“நம்ம ஊர் ஜனதா மீல்ஸ் மாதிரி இந்த பிஸ் மீல்ஸ் போல.”

முழுக்க மீனா, “இல்லெ ஒரு துண்டு மீன் இருக்கும். நூறு ரூபாய்க்குள்ள அடங்கற மதிய சாப்பாடுதா பிஸ் மீல்ஸ்.”

“நாளைக்கு மத்யானம் பிஸ் மீல்ஸ் நமக்கும்.”

7

அசோக மரங்களின் குவியல் அடர்த்தியான நிழலைக்கொண்டு வந்திருந்தது. மரத்தடியில் போடப்பட்டிருந்த சிமெண்ட் நாற்காலிகள் திரைப்பட விழாவுக்கானது என்றில்லாமல் அயனக்ஸ் திரையரங்குகளின் நிரந்தரத் தன்மையால் உருவாக்கப்பட்டவை. மண்தரையின் ஈரம் இன்னும் குளிர்ச்சியைக் கொண்டு வர முயற்சித்தது

தாடிக்காரர் ஒருவர் சுற்றிலும் போடப்பட்டிருந்த ஸ்டால்களில் விநியோகிக்கப்பட்ட அட்டைகளை சீட்டுக்கட்டை ஒன்றின் மேல் ஒன்று மடக்கி அடுக்குவது போல் அடுக்கிக்கொண்டிருந்தார். அதில் உணவு விபரங்கள், மத்திய அரசின் என்எப்டிசி ஸ்டாலில் கிடைக்கும் இந்திய இயக்குநர்களின் படங்களின் பட்டியல், பழமையான திரைப்படக் கலைப்பொருட்கள், திரைப்படம் சம்பந்தமான வெவ்வேறு போட்டிகளை அறிவிப்பவை என்றிருந்தன, படங்கள் பற்றிய குறிப்புகளை அடுக்கி வைத்திருந்தார். அந்த அடுக்கின் மேல் பகுதியில் சோவியத் ரஷ்யப் படங்களின் விபரங்கள் அழுத்தமான வர்ணங்களில் பளிச்சிட்டன. சட்டென மேலிருந்து சோவியத் அரங்கின் அட்டைகள் கவிழ்ந்து விழுந்து தூரமாய் தெறித்துப்போனது.

அது ஒரு பெண் இயக்குனரின் காலடிக்குச் சென்று உட்கார்ந்தது. அவர் அதை எடுத்துப் பார்த்து வியந்துகொள்வதைப்போல் பார்த்துக் கொண்டார்... தார்க்கோவிஸ்கியின் மிரர் படத்தின் காட்சியை அந்தப் படம் காட்டியது.

ட்ரினிடி மடாலயத்திலிருந்து துறவிகள் ஆந்த்ரேய் ருப்ளேவ், தானியல், மூவர் புனித உருவங்களை வரைவதற்காக மாஸ்கோவிற்குச் சென்றுகொண்டிருக்கின்றனர். மழைக்காக ஒதுங்குமிடத்தில் ஆடியும் பாடியும் அங்கிருப்போரைச் சிரிக்க வைத்துக் கொண்டிருக்கும் ஒருவனைக் காவலர் பிடித்துச் செல்லும் காட்சி அதிலிருந்தது. அக்காட்சியை அப்பெண் இயக்குனர் பார்த்துக்கொண்டிருந்தார்.

“இன்னையிலிருந்து நாலு நாளைக்கு பிலிம் பஜார்க்குப் போயிருவேன். என் படம் அதிலெ இருக்கு... மார்க்கெட்டிங்க் பண்ணணும். வாய்ப்பு இருக்குமான்னு பாக்கணும். என்னோட படம் ஒரு நாள் ஸ்கிரீனிங் இருக்கு.”

“பாஸ்... நாங்க பாக்கறதுக்கு வாய்ப்பு இருக்குமா?”

“விஸ்வம் நீங்க விரும்பிக் கேட்டதாலே முயற்சி பண்றேன். பிலிம் பஜார் ரெசிடென்சி ஸ்டார் ஓட்டலே நடக்குது. ஆன்லைனே பதிவு பண்ணுனதுனாலே பதினாலாயிரம் ரூபாய் கட்டணம். நேரடியாப் பண்ணுனா பதினெட்டாயிரம் ரூபாய். இந்த நிலமையிலெ மத்தவங்க நுழைய முடியுமான்னு தெரியலே. வாய்ப்பு இருந்தா சொல்றன்.”

சூசன் “அன்பே எல்லை” என்ற முழுநீளத் திரைப்படம் எடுத்திருந்தார். கோவையைச் சார்ந்த முஸ்லிம் சகோதரர்கள் இருவர் இருபது லட்சம் ரூபாய் போட்டுத் தயாரித்திருந்தார்கள்.

“சென்சாருக்கு அனுப்பிச்சிங்களா சூசன்.”

“இல்லே தம்பி குரு. அதுலே மதவாதக் கட்சிகள் பத்தி நேரடியான விமர்சனங்கள் இருக்கு. சென்சாருக்குப் போயி தப்பி வருமான்னு தெரியலே. ‘ஜிப்சி’ படம் போயி படறபாடு தெரியும். எவ்வளவு வெட்டுக... அது கோடிக்கணக்கான ரூபாய் பட்ஜெட் இது வெறுமனே இருபது லட்சம். பட்ஜெட். பல

திரைப்பட விழாக்கள்லே, பல பிரிவுகளே பரிசு வாங்கறதுனாலே என் படத்து மேலே ஒரு அபிப்ராயம் உருவாயிட்டிருக்கு. அடுத்த கட்டம் சென்சாருக்கும் முயற்சி பண்ணணும்.”

“உங்க படத்தெ யார் பாக்க வருவாங்க.”

“கிருஷ்ணபிரபு... பாரின் டெலிகேட்ஸ்... படத்தெ டிஸ்ரிபுட் பண்ண விருப்பம் உள்ளவங்க வருவாங்க. உங்களெ மாதிரி எழுத்தாளர்கள் பாத்துட்டு எழுதணும்.”

“பாக்க வாய்ப்பு குடுங்க ரூசன்.”

கிருஷ்ணபிரபு கையில் வைத்திருக்கும் அவர் நடத்தும் சிறு பத்திரிகை தேடல் பிரதிகளைப் பார்க்கும் தமிழ்க்காரர்களுக்குத் தருவார். அவரின் கவிதைகள், மற்றும் சிறுகதைகளை ஆங்கிலத்தில் சிறு பிரசுரங்களாக அச்சடித்து இருப்பதைப் பிறருக்கு விரும்பித் தருவார்.

“கிருஷ்ணபிரபு நீங்க மத்தவங்களுக்கு உங்க புத்தகங்களெ விரும்பிக் குடுக்கறீங்க. பலர் விருப்பமில்லாமெ வாங்குவாங்க. வெளிநாட்டுக்காரங்ககிட்ட தர்றப்போ அவங்க சந்தோசப்பட்டு பாராட்டுறதெச் சொல்லியிருக்கீங்க. அது மாதிரிதா வெளிநாட்டு டெலிகேட்ஸ் மரியாதை தருவாங்க. பாராட்டெ சந்தோசமா காம்பிப்பாங்க. நம்ம தமிழ் ஆளுக போலித்தனமா இருப்பாங்க. வெளிப்படையாப் பாராட்டமாட்டங்க. படம் பாத்து கைகுலுக்கி தலை அசச்சா படம் மொக்கைன்னு தெரிஞ்சுக்கணும். கட்டித்தழுவி இவ்வாண்டின் ப்ளாக்பஸ்டர்ன்னு சொன்னா நல்ல படம். புருவத்தெ உயர்த்துட்டுப் போனா உருப்படாதுன்னு அர்த்தம். சிலபேர் நக்கலா எங்கியோ இருக்கீங்கன்னு தப்புச்சுட்டுப் போயிருவீங்க.”

“என்ன மாதிரி சாமியார்களுக்கு இலவசமா உங்க பில்ம் பஜார்-ல உட மாட்டாங்களா”

“லோகு நீங்க சாமியாரா... கதர் உடுத்தறீங்க. முடி வெட்டறதில்லெ. இங்க வந்த பின்னாலே இயற்கை உணவே வுட்டிட்டீங்க. இப்போ ஜீன்ஸ் பேண்டுக்கு மாறிட்டீங்க.

“அது சூசன். கோவா வெயில் கொடுமை தெரியும். பொண்டாட்டிமாருக இம்சை மாதிரி. வெயில்லே உடம்புலே சட்டை ஒட்டிப்போயிருது. அதுதா வேற வழியில்லாமெ இந்த யூனிபாமுக்கு மாறிட்டேன்.”

“எதுக்கு அவ்வளவு ரூபா என்ரி பீஸ்...”

“பதினெட்டாயிரம்... எபினேசர்... நீங்க நல்ல சாப்பாடா தேடிச் சாப்புடுவீங்க. அந்த மாதிரி சாப்பாடு. மதியம் தண்ணி சப்ளை ஆரம்பிச்சா ராத்திரி பத்து மணி வரைக்கும் இருக்கும் எவ்வளவு வேண்ணா குடிக்கலாம். காலையிலேயே பீர் சர்வ சாதாரணம்.”

“நல்ல அனுபவமா இருக்கும் சூசன்.”

ஆமா பிரான்சிஸ். நீங்க சினிமா பத்திப் பல வருசமா எழுதறீங்க. கேமரா வெச்சிருக்கீங்க... நீங்க நிறையப் பேசறீங்க... இது வரைக்கும் ஒரு குறும்படம் எடுத்ததில்லெ... எடுங்க. நான் இந்தப் படம் எடுக்கறதுக்கு முந்தி ஒரு குறும்படம் முப்பது நிமிசத்திலெ நாயா அலஞ்சுதா எடுத்தேன். பிச்சையாப் பணம் வாங்கித்தான் எடுத்தேன். அது இந்தப் படத்துக்கு விசிட்டிங் கார்டா இருந்துச்சு. உங்களெ மாதிரி எழுத்தாளர்கள் குறும்படங்களாச்சும் எடுக்கணும்.”

“எங்களுக்கான ரசிகர்கள் தமிழ்லே இருக்காங்களா... ச்ச்... எங்களுக்கான வாசகர்களே இல்லெ.”

பிரான்சிஸ் இப்படிச் சொல்லியே தமிழ் வாசகர்களே, “ரசிகர்களை முட்டாள் பண்ற வேலையெ செய்யாம வெளியில வாங்க.”

“செரி... உங்க படம் பாக்க வாய்ப்பு இருந்தா சொல்லுங்கள். கதை என்ன?”

“நடிகைகிட்ட வயசு என்னனு கேட்கற மாதிரி கதை சொல்லச் சொல்றது. நாம நண்பர்கள். ஒரே இடத்திலெ இருந்து வந்திருக்கம். நமக்குள்ளே என்ன ரகசியம் வேண்டியிருக்கு.

இரண்டு முஸ்லிம் தம்பதிகள். ஒரு தம்பதி வயசானவங்க. சமூகத்தாலே உறவினர்களாலே கைவிடப்பட்டவங்க. இன்னொரு தம்பதி கலப்பு மணம் பண்ணீட்டவங்க. முஸ்லிம் பையன். இந்துப் பொண்ணு. அவங்க பிரச்சினைகளைப் பத்தி... ரெண்டும் ரெண்டு எழுத்தாளர்களோட சிறு கதைகள்... இணைச்சிருக்கேன்.”

“நல்ல முயற்சி. பெஸ்ட் ஆப் லக். பிலிம் பஜார்லே நல்ல மார்க்கெட் ஆகணும்.”

“பெஸ்ட் ஆப் லக்.”

“எல்லோரும் கோரசாகச் சப்தமிட்டார்கள்.”

“பெஸ்ட் ஆப் லக்” ... பைரவனின் குரல் தனியாக ஒலித்தது.

“பைரவனின் குரல் தனியா தெரியுது. அவர் மாதிரி வசதியானவங்கதா ஏதோ ஒரு முறையிலெ இந்தப் படத்துக்கு ஆதரவு தரணும். தாங்க்ஸ் பார் எவிரிபடி. தாங்க்ஸ். பிலிம் பஜார் அனுபவங்களுக்குப் பிறகு சந்திப்போம் அதுவரைக்கும் உங்ககூட நான் படம் பாக்க வாய்ப்பில்லை.”

“அ... மிஸ் யூ சூசன் வெரி மச்.”

“தேங்க்யு”

விஸ்வம் தினந்தோறும் பதிவு செய்யப்பட வேண்டிய படங்களின் பட்டியலை சூசனிடம் கேட்பார். அவர் முன்பே ஹோம்வர்க செய்து அதிக ரேட்டிங் உள்ள படங்கள், அதிகமான உலக அளவிலான பரிசுகள் பெற்ற படங்கள் என்பவற்றைத் தேர்வு செய்து வைத்திருப்பார். அவற்றைச் சொல்வார். சென்றாண்டு இணையதளப் பதிவு ஆரம்பித்தபோது அவரே சேர்த்துப் படங்களைப் பதிவு செய்துவிட்டுச் சொன்னார். இந்தாண்டு வேறு அறைக்குச் சென்றுவிட்டார். அதுவும் பிலிம் பஜார் வேலை என்று நான்கு நாட்கள் செல்கிறார். இனி அவரிடம் பார்க்க வேண்டிய படங்களின் பட்டியலைக் கேட்பதில் அர்த்தமில்லை என்று தோன்றியது. ஏதாவது மனதில் வரும்.

படங்களைப் பார்க்க ஆரம்பித்தால் பொழுது வீணாகிவிடும். எபினேசர் சிலவற்றைத் தேர்வு செய்து சொல்பவராக இருந்தார், தேர்வு செய்து தந்தார்.

“அடுத்த வருசம் நான் வருவனான்னு தெரியலே விஸ்வம்.”

“அப்படியேல்லா சொல்லாதீங்க எபினேசர் சார். நிச்சயமா வருவீங்க... நானும் வருவேன்.”

“வயசெப்பத்தியில்லே. நிறைய நல்ல படங்கள் மார்க்கெட்லே கெடைக்குது. சீக்கிரம் ஸ்மார்ட் டிவி வாங்கி நெட் கனெக்சனோட பிரைம் வீடியோ, நெட்பிளிக்ஸ்லே படம் பாக்கலாமுன்னு இருக்கேன். இவ்வளவு தூரம் வர்றது, தங்கறது, வயசு காரணமான சிரமங்களைத் தவிர்க்கலாமுன்னு.”

“கல்யாணமின்னு ஒண்ணு இருந்தா ரெண்டு மூணு நாள் எல்லாத்தையும் அனுபவிக்கலாம் சொந்தக்காரங்களோட. ரிசப்சன்னு வந்தப்புறம் ரெண்டு மணி நேர அவசரத்திலெ எல்லாரையும் பாத்துப் போயிர்ரம். அதுமாதிரி.”

“பிலிம் பெஸ்டிவல் மூணு நாள் கல்யாண விசேம்ன்னு சொல்றீங்களா”

“இல்லே. பத்துநாள் கல்யாண விசேசம். கண்ணெத் தொறந்துட்டு கொஞ்சம் கோவாவெச்சுத்துனா தெரியும்.”

அவ்வளவு வேண்டாம். மாண்டோவி நதிக்கரை, இந்த காம்ப்ளக்ஸ், கலா அக்காடமி, “மிரமர் பீச்சுன்னு போனீங்கன்னாலே இந்தக் கொண்டாட்டம் புரிஞ்சிரும்.”

“கல்யாணக் கொண்டாட்டமா இதை ஆக்கிடலாம். இப்போ வரிசை நகர ஆரம்பிக்குது. வாங்க போலாம். பிலிம் பஜாருக்குப் பிறகு உங்களெப் பாக்கறன்... பை... பை.”

சூசன் தன் ஜோல்னாப் பை அசைந்தாட விரைந்தார்... அவரின் பையினுள் இருந்த தண்ணீர் பாட்டில் அசைந்து தொட்டிலில் உறங்கும் குழந்தையைப் போல் மிதந்து சென்றது.

“தண்ணி பாட்டிலெ வெளியே எடுத்துட்டுப் போட்டுப் போ ரூசன். உள்ளே உடமாட்டாங்க.”

“செரி. ஆனா வயித்துக்குள்ள தண்ணி இருந்தா என்ன பண்ணுவாங்க. நான் சொல்றது அந்தத் தண்ணீயெ... முந்தியெல்லா இங்க தியேட்டர்லே உள்ளே கமகமன்னு வாசனை இருக்கும். இப்போ அந்த வாசனை கொறஞ்சிருக்கு ...ஹ.ஹ.ஹா...”

8

“இன்னிக்கு போர்த்துகீசிய உணவு விருந்துக்குப் போனன். நல்ல சாப்பாடு. இது போர்த்துகீசியர் பூர்வீக பூமிதானே. போர்த்துகீசிய மீல்ஸ் சாப்படலாமுன்னு கூப்புட்டாங்க.”

“நாங்க கோவா மீனெ சாப்புட முடியலே. இதெலெ போர்த்துகீசிய உணவு விருந்துக்குப் போனியா... என்ன சாப்புட்டெ.”

“சுறா அம்போட்டிக்... அம்போட்டிக்... ஒரு கோவா உணவு... அம்போட்டிக் புளிப்பு. சிவப்பு மிளகாய் மசாலாப் பொருள்களைச் சேர்ந்தது... மீன்களை டைஸ் செய்து வெங்காயம், தக்காளி, மசாலாவுடன்...”

“அப்புறம்...”

“சிக்கன் சாகுட்டின்னு ஒண்ணு. போர்த்துகீசிய உணவு. இது கோழி, உருளைக்கிழங்கு, வெங்காயம், தேங்காய், மிளகாய் மற்றும் பிற மசாலாப் பொருள்கள்... காஷ்மீரி மிளகாய் பயன்படுத்தப்படுகிறது, ஒரு தீவிரமான நறுமணம். அப்புறம். கோன் பன்றி இறைச்சி விண்டலூ.”

'வின்' என்பது வினிகர் என்ற வார்த்தையிலிருந்து வந்தது, 'ஆக்லோ' என்பது போர்த்துகீசிய மொழியில் பூண்டு என்று பொருள். இந்த டிஷ் முன்பு விண்டில்... உருளைக்கிழங்கைப் பயன்படுத்துவதால் மக்கள் இதை விண்டலோ. 'ஆலு' என்றார்கள். உருளைக்கிழங்கு, பன்றி இறைச்சி, வெங்காயம், மிளகாய், பூண்டு, வினிகர் மசாலாப் பொருள்கள். நல்ல சுவை.

"மூணும் கொஞ்சமா வாங்கி ஷேர் பண்ணிட்டம்."

"அயிட்டம் எல்லாம் நல்லா ஞாபகம் வெச்சிருக்கே. யார் ஆபர் பண்ணுனது. நீ இந்த மாதிரி செலவு அயிட்டத்தெ விரும்ப மாட்டையே..."

"ஒரு ஜோடி."

"தமிழ் ஜோடியா."

"ஜோடிதா. ஆம்பள பொம்பளெ இருந்தா ஜோடிதானே... ஏன் டவுட்டா கேக்கறெ."

இல்லெ, "நேத்து அறிமுகமானாங்க. விழுப்புரத்துக்காரங்க. ஆண் கொஞ்சம் வயசாத் தெரியுது. நாப்பது வயசு. பொண்ணு காலேஜ் பொண்ணு. ஒண்ணாத் திரியறாங்க. தமிழ் பேசிட்டு இருந்ததாலே பழக்கம். மீடியா செண்டர்லே மொதல்லே பாத்தேன். அந்தப் பொண்ணுக்கு கார்டு இல்லெ. இப்பத்தா வந்து வாங்கணும்ன்னு கெஞ்சிட்டு இருந்தாங்க... வங்கிட்டாங்க... படம் பாக்காத மாதிரி கேண்டின், திரிஞ்சாங்க. அங்கங்கே தொர்ஞ்சாங்க. இன்னிக்கு சாப்பாடு நேரத்தலெ சாப்பாட்டுக்குப் போலாமான்னு கேட்டன். வாங்க. போலாம். நாங்க ஆபர் பண்றம்ன்னு ஒரு ஆட்டோ புடிச்சு அந்த போர்சுகீசியன் ஹோட்டல்க்குக் கூட்டிட்டுப் போனாங்க. போர்ச்சுகீசியன் ஓட்டல் கூட இங்க இருக்கு..."

"எல்லாம் டூரிஸ்ட்களெ அட்ரேக்ட் பண்ணத்தான் அப்படிப் பேரு. அவங்க யாருன்னு தெரிஞ்சுதா."

"மெல்ல மெல்ல சேகரிச்சு சொல்றென். நிறைய சந்தேகங்கள் வருது. கண்டுபுடிச்சிடுவன். போர்ச்சுகீசியன் லஞ்சுக்குத்

தேங்க்ஸ் சொல்லணும் அவங்களுக்கும்" போர்ச்சுகீசியன் இருந்த பூமிதானே. முந்தி ரொம்பகாலம் இருந்திருக்கான்,

அவன்க போர்ச்சுகீசியன் இல்லாத நாடு எது? வாஸ்கோ ட காமா கொச்சின் வந்தெதெப்பத்தி ஒரு மலையாளப் படம் கூட இருக்கு. பிருதிவராஜ், வந்ததெப் பத்தி ஒரு மலையாளப் படம் பிரபுதேவா நடிச்சது.

தமிழ் டப்பிங் பார்த்திருக்கேன் சார், மிளுகுக்காக அவங்க அவங்க பண்ற யுத்தம், இங்கியும் அவங்க நம்ம சுதந்திரத்துக்கு அப்புறம் சீக்கிரமாப் போகலெ. நிதானமாத்தாப் போனாங்க."

"இன்னிக்கு முக்கியப்படம்ன்னு உன்னெ மதியம் பார்த்த படத்துக்குப் பதிவு பண்ணிக் கூப்புட்டுப் போனான். கொஞ்ச நேரத்திலே நல்ல தூங்கிட்டேயே."

"மதியம் நல்ல சாப்பாடுங்கறதுனாலே தூக்கம் வந்திருக்குங்க. அந்தப் படம் முஸ்லிம் சமூகம் பத்தி ஆரம்பிச்சது. அவன் கோபத்திலே அவன் மனைவியை போனிலே தலாக் சொல்லிர்றான். ஆனால் வருத்தப்படறான். மனைவிகூட மறுபடியும் பேசிப் பழகித் தொடர்பிலேயே இருக்கான். ஆனா முஸ்லிம் குருக்கள் அவங்களெச் சேர உடலே... தடுக்கறாங்க. தலாக் சொல்லீட்ட பொறகு பழகறது பாவம். தண்டனைக்குரியதுன்னு மிரட்டறாங்க..."

"அதுக்கப்புறம் என்ன ஆகுது..."

'இஸ்லாம் குருக்கள் எதிர்ப்பு. அவன் கடன் பட்டிருக்கிறான். பிரச்சினைகள் பெரிதாகும்போது அவங்களே பழைய மனைவிக்கும் அவனுக்கும் பணம் கடனாகுடுத்து பிரிச்சிர்ராங்க. இஸ்லாமின் குரூர முகம்."

"ஆமா. கடைசியிலெ தூக்கத்திலிருந்து முழிச்சுப்பாத்தப்போ அவங்க ரெண்டு பேரும் பிரியறது தெரிஞ்சது."

"சில வசனங்கள் அருமை."

"சொன்னாயா ஒருமுறையா பரவாயில்லை பாதகமில்லை.

மூன்று முறையா முறிந்தது உறவு.

புதிதாக வேறு எங்காவது தொடங்கு.

முடிவுக்கு தொடக்கம் ஏதாவது உண்டு."

"நல்லா ஞாபகம் வெச்சிருக்கீங்க..."

"பிலிம் ஃபெஸ்டிவல் படங்க சப்டைட்டிலே இருக்கறதெக் கவிதைகளா எழுதிவெச்சு கவிதைப்புத்தகம் போட்டுப் பேர் வாங்கிய கவிஞர்கள் தமிழ்லே இருக்காங்க."

"சினிமாவுக்குக் கதை தேடி வர்ற சினிமாக்காரங்களெ கேள்விப்பட்டிருக்கிறேன்.கவிஞர்களுமா இப்பிடி."

"எல்லாருக்கும் அள்ளி வழங்கும் அட்சயபாத்திரம் இது. எத்தனை பிலிம் இன்ஸ்டிடியூட் ஸ்டூடண்ட் வர்றாங்க. எதையாவது திருடலாமுன்னு மனசுக்குள்ள இருக்கும் அவங்களுக்கு. படம் புடிச்சிருந்தா தியேட்டர்லியே பட பூஜை ஆரம்பிச்சிருவாங்க. இதெப் பத்தி ஜோக்கெல்லாம் இருக்கு. என்னடா தியேட்டர்லே படம் முடியாதப்பவே தேங்காய் உடைக்கிற சத்தம்... வேறொண்ணுமில்லெ. இந்த வெளிநாட்டுப் படக்கதை புடிச்சிருக்கு. அதுதா பூஜை போடறாங்கன்னு."

கலா அக்காடமி உணவு விடுதியில் கூட்டம் மேசைகளின் இழுத்தடிப்பில் மெய்மறந்து அந்த நாராசக்குரல்களைக் கேட்டபடியிருந்தது. வெவ்வேறு மொழிகளின் கலப்பில் பல குரல்கள். கூர்ந்து கவனித்தால் மட்டுமே மொழி புரியும். பாலில் இருந்து தண்ணீரைப் பிரித்தெடுப்பது போல் கஷ்டமான காரியம்.

மேசைகள் பேச்சுக்களால் நிரம்பியிருந்தன. கலவையான குரல்களால் தெளிவான நோக்கம் இல்லாததுபோல் அலைபாய்ந்துகொண்டிருந்தன. தூரத்தில் மாண்டோவி நதி அலையடித்து ஒலி உண்டாக்கிக்கொண்டிருந்தது. நீர்ப்பரப்பின் ஓசையைக் கேட்கவும் பலர் தூரத்தில் கூடியிருந்தார்கள்.

9

எல்லா மேசைகளும் அடைபட்டது போல் மனிதர்களால் நிரம்பியிருந்தன. வெவ்வேறு அளவிலும் தலைக்கேச வர்ணங்களின் விதத்திலும் வேறுபட்டிருந்தார்கள். கலவையான பூக்களைக் கோத்துவிட்டது மாதிரி இருந்தார்கள்

அல்லு அரவிந்தின் எதிரில் உட்கார்ந்திருந்த மேக்னாவின் கறுப்பு உடை அவளின் உடல் நிறத்தைக் கூடுதலாகக் காட்டிக்கொண்டிருந்தது... குட்டையாக வெட்டப்பட்ட தலைக்கேசத்தைக் கலைத்துப்போட்டபடி இருந்தாள். அவை எதிரில் மினுங்கிக்கொண்டிருந்த வெயிலில் காய்ந்து ஈரத்தை விரட்டுவது போலிருந்தது. அல்லு அரவிந்தின் வாய் ஓயாமல் வார்த்தைகளைத் துப்பிக்கொண்டிருந்தது

“சிக்னேசர் பிலிம் புராஜக்ட் எனக்குக் கிடைக்குமுன்னு எதிர்பார்த்தேன். அம்பது லட்ச ரூபாய் புராஜக்ட்... கைக்கு முப்பதுதான் வரும் மத்ததெல்லாம் லஞ்சமாப் போயிரும். பரவாயில்லை. பண்ணலாமுன்னு நம்பிக்கையா இருந்தேன். அதுவும் வாய்ப்பு இல்லாமெப் போச்சு. அவ்வளவும் லஞ்சம்.

கவர்மெண்ட்டுன்னு வந்துட்டாலே லஞ்சத்திலே அடங்கிப் போயிருது.”

“சிக்னேசர் பிலிம் என்ன இப்படிப் பண்ணியிருக்காங்க. என்னமோ சக்கரங்க சுத்திச் சுத்தி வருது. சின்ன சக்கரம் பெரிசாகுது. திடீர்ன்னு ஒரு மயில் வருது. அதுரொம்ப நேரம் வேற எங்கையோ வேடிக்கை பாத்துட்டு இருக்கு. திடீர்ன்னு அதனோட கண்களிலிருந்து கண்ணீர் வருது.”

“ஆமா. அது எதுக்கு கண்ணீர்ன்னு தெரியலே. மயில்கள் கண்ணீர்ல்தா கர்ப்பமாகுன்னு எங்கையோ படிச்சது ஞாபகம் வருது.”

“நம்மள மாதிரி படுத்து கர்ப்பம் ஆகவேண்டியதில்லை போல.”

அல்லு அரவிந்தின் கையிலிருந்த கேன் பீர் தீர்ந்திருந்தது

“பீர் இங்க கெடைக்குதா அரவிந்த்.”

“இல்லெ மேக்னா... லாட்ஜிலெ இருந்து வரும்போது பாக்கெட்லே போட்டது.”

“உள்ள தண்ணி பாட்லே கூடக் கொண்டுட்டுப் போக முடியாது. இதிலெ இந்த பாட்டில் எப்பிடிப் போகும்.”

“சிரமம்தான்... கொடுமைதான்... உள்ள போனா தண்ணி கெடைக்காது. தாகம்ன்னா வெளியே வந்தா மறுபடியும் உள்ளே போக முடியாது, மிட்டாய் மாத்திரை ஒண்ணும் உள்ளே கொண்டுட்டுப் போக முடியாது. இந்தத் தியேட்டர் அபூர்வம். உள்ளேன்னு கேண்டீன் இருக்கு... இல்லேன்னா சாக வேண்டியதுதான்.”

“ஓபனிங் படத்துக்கும் காசு வாங்க ஆரம்பிச்சுட்டாங்க. இது ஐம்பதாவது திரைப்பட விழா... ஏதாச்சும் விசேசமா இருக்கா பாருடா... ஒண்ணும் இல்லெ. போன வருடம் கோவா சீப் மினிஸ்டர் புற்று நோயாலெ சாகக்கிடந்தார். எப்போ சாவார்ன்னு காத்திட்டிருந்த மாதிரி எல்லாத்திலியும் ஒரு மவுன அஞ்சலி இருந்துச்சு. இந்த வருசம் அது தொடருது போல.”

சுந்தரபாரதி தன் நெற்றியின் தொடர்ச்சியான வழுக்கையை மறைப்பதற்காகப் போட்டிருந்த தொப்பியைச் சரிசெய்து கொண்டார். கறுப்புக் கண்ணாடி அவரின் உள்ளிடுங்கிய கண்களை மறைத்திருந்தது. அவரைச் சுற்றிலும் நாலைந்து நாற்காலிகள் தமிழர்களுடையதாய் இருந்தன. எல்லோரும் பிரிந்த பூ இதழ்கள் போல் தனித்திருந்தனர்.

“நிலாவேந்தன்... உங்கத் தடைக்கல் படத்தெ பிலிம் பஜார்லே பாத்தவங்கெல்லா அசந்துபோனதா சொன்னாங்க. அசத்திட்டேன்னாங்க... ஏதாச்சும் மார்க்கெட் ஆச்சா.”

“ஒண்ணும் ஆகலீங்க...‘நம்பிக்கை இருக்கு. இன்னம் ரெண்டு நாள் இருக்கே.”

“அதுக்கெல்லா காத்திட்டிருக்காதே. முப்பது லட்சம் செலவு பண்ணீர்க்கே அம்பது லட்சம் யாராச்சும் கேட்டா குடுத்துட்டுப் போயிட்டே இரு. அடுத்த படத்தெ தயார் பண்ணப் போயிரு. இதிலியே உட்கார்ந்திட்டிருக்காதே... உருப்படவேணுமுன்னா இதத் தாண்டிப் போயிட்டே இரு. கேசவ நாராயணன் மகன் சென்னன் கிட்ட வேண்ணா சொல்றன். ஃபெஸ்டிவல் முடிஞ்சு போயி பாரு. பண்ணுவான். இலக்கியவாதிகிட்டயெல்லாம் சம்பந்தம் வெச்சுக்காதே. எவனும் படம் பாத்தா கூட நாலு வரி பாராட்டி எழுத மாட்டான். களவாணிப்பசங்க. சிறுபத்திரிக்கை ஆளுக கிட்ட மாட்டிக்காதே, மாட்டிக்காதே .கையில் வெச்சிருக்கிற தேடல் பத்திரிகைக்காரர் வேண்ணா நாலு வரி பாராட்டி சொல்வார். எழுதுவார், அவர் சென்னை ஆளு இல்லாததுனாலே பண்றார். சென்னைக்காரனுக எல்லாத்துக்கும் காசு பண்ணப் பாப்பாங்க. அடுத்தது என்ன பண்ணலாமுன்னு இருக்கே.”

“திருப்பூர்லே ஒரு பனியன் கம்பனியில அஞ்சு வருசம் வேலை செஞ்சேன். திருப்பூரெ வெச்சுட்டுதா முதல் ஸ்கிரிப்ட் பண்ணுனேன். கொஞ்சம் பட்ஜெட் அதிகம்ன்னாலே இந்தத் தடைக்கல் படத்துக்கு வந்து முடிச்சேன்... நயன்தாரா ஹெல்ப் பண்ணுனாங்க . இதெ மார்க்கெட் பண்ணீட்டன்னா தாண்டிருவன். சியாம் உதவி பண்றதா சொல்றார்.”

“தடைக்கல்லே இல்லாமெப் போகுங்கறியா. சியாம் என்ன பண்ணுவான். அவன் படத்தையே அவன் விக்க முடியலே. படத்துப் பேர்தான் பேரன்பு. சாதாரண அன்பு கூட வேற யார் கிட்ட இருந்தும் சியாமுக்குக் கெடைக்கலெ. அழகான நடிகை யாரையாச்சும் கைக்குள்ள போட்டுக்க ஜெயிச்சர்லாம். அடுத்த டேபிளே இருக்கற ஆனந்த குமார் பிலிம் இன்ஸ்டிடியூட்லே முப்பது வருசம் வேலை செஞ்சுட்டார். அவருக்குத் தெரியாத டெக்னிக்கல் சமாச்சாரம் இல்ல. சினிமா விசயத்திலெ ராட்சசன்... ஆனா லோ பட்ஜெட்லே கூட அவரு படமும் எடுக்க முடியலே. அவருக்கு வயசு அறுபத்தஞ்சு. நீ இருபத்தேழு வயசிலெ ஒரு படம் எடுத்துக் காட்டிட்டே. பெரிய விசயம்தா. சாதனைதா.”

ஆனந்த குமாரின் மேசையின் அருகில் சாயாதேவி அமர்ந்து அவர் பேசுவதைக் கேட்டுக்கொண்டிருந்தாள். அவரின் முகப்பூச்சு கலைந்துவிடக்கூடாது என்பதைக் கவனிப்பவள் போல் ஜாக்கிரதையாக்கிக்கொண்டாள்.

அவள் நடித்திருந்த ஒரு கன்னடப் படம் திரையிடல் நேற்று இருந்தது, “அவள் நடித்த எந்தத் தமிழ்ப் படமும் இங்கு வந்ததில்லை.”

“தமிழ் சினிமாவுக்கு எந்த உச்சமும் வரப்போறதிலெ. புதிய இயக்குனர்கள் வந்துட்டுப் போறாங்க. உள்ளடக்கம் மாற்றம் லேசா வந்துட்டுப் போகுது. அவ்வளவுதா. பெரிய நடிகர்களுக்காகவே யோசிக்கறாங்க. கெடைக்காதபோது சின்ன பட்ஜெட்டுக்கு வர்றாங்க. ஒவ்வொரு பிரேமும் அழகா வெச்சாப் போதும் அது தா கலையின் உச்சம்னு நெனைக்கறாங்க... மாஸ் சைக்கலஜின்னு சொல்லிட்டு குப்பையா எடுத்துத் தள்ளறோம். சினிமாவெ வெச்சு சமூகத்தெ சீரழிக்கறாங்க சினிமாக்கு வர்ரவங்க விரும்பற விசியத்திலெ எடுக்கலாம். இந்த வணிக சினிமான்னு வந்துட்டு எங்களாலே முடிஞ்ச அளவு கலைத்தன்மையை வெளிப்படுத்தறம்னு ஏதோ சமரசத்துக்குள்ளேயே இருக்காங்க. ஒரு சினிமா ஒருத்தர் ஸ்கிரிப்ட் எழுதறவரைக்கும் அவனோட சுதந்திரம்... படமா

மாறப்போ முதலாளிகிட்ட போயிருது. தவிர்க்க முடியாமெ எங்கெல்லாமோ போயிருது.”

“போன ஃபெஸ்டிவல்லே ‘பரியேறும் பெருமாள்’, ‘பாரம்’, ‘பேரன்பு’, ‘டூலெட்’டுன்னு ஒரு படம். இங்கிலீஷ் டைட்டில். அதுமாதிரி ஆறேழு தமிழ்ப்படம் வந்துது. இந்த தரம்.”

“அதுதா ஒத்தெ செருப்பு இருக்கே.”

“அதுவும் சிலருக்கு ஒசத்தியாப்போச்சு. கேரளப்படம் பாருங்க. எப்பவும் ஆறெழு இங்கேயே நிக்கும். திருவனந்தபுரம் போனா பத்தாவது நிக்கும்.”

மெல்ல மேஜைகள் சுத்தமாயின. பத்தடி தூரத்தில் திரைப்படத்திற்கான வரிசை மெல்ல நகரத்துவங்கியதும் மேஜைகள் சுத்தமாக ஆரம்பித்தன. அவசரமாய் வரிசையை நிரப்பக் கிளம்பினார்கள்.

வெகு சீக்கிரம் வெயில் படும்படி அந்த மேஜைகளை நகர்த்தி வைத்தார்கள். மாண்டோவி நதியின் அலைகளைப் பார்த்தபடி மேஜைகள் இயல்பாக இருக்க ஆரம்பித்தன... வெயில் பட்டு அவை பிரகாசிக்க முயன்றன.

10

வெகு சீக்கிரம் அலுத்துப்போச்சு என்றாள் ரத்னாதேவி.

எனக்கு அவ்வளவு அலுத்துப் போகலே என்றான் மயிலானந்தன்.

எனக்கு பனியன் கம்பனியிலெ வெடி நைட் பாக்கறமாதிரி இருக்கு... அவ்வளவு அலுப்பு என்றான் குரு

“வெடி நைட்டா... அப்பிடின்னா...?”

“முழு ராத்திரி வேலை பாக்கறது. நிறைய ஆர்டர்க வந்து குவிஞ்சு கெடக்கும். வேற வழியில்லாமெ தூக்கமில்லாமெ வேலையைப் பண்ணச்சொல்லுவாங்க.”

ரத்னாதேவி, மயிலானந்தன் இருவரும் விழுப்புரத்தைச் சார்ந்தவர்கள். குரு போர்த்துகீசியன் உணவு விருந்துண்டபின் அவர்களுடன் நெருக்கமாகிவிட்டான்.

“காலையிலே நேரத்திலெ எந்திரிச்சுக் குளிச்சிட்டுக் கௌம்பணும். கால் மணி நேரத்திலிருந்து அரை மணி நேரம்ன்னு வந்து சேரதுக்கு ஆயிருது. நடைதா. ஆன் லைன் புக்கிங் கெடைக்கலீன்னு எட்டு மணி கவுன்டருக்குப்போயி புக் பண்ணிட்டு எட்டரை ஷோக்கு கியூ நிக்கவேண்டியிருக்கு.

அடுத்த படம் கொஞ்சம் பெரிய படம்ன்னா உடனே வெளியே வந்தப்புறம் கியூலே நிக்க வேண்டியிருக்கு. தண்ணிகுடிக்கிறது பெரிய பிரச்சினை. பாட்டில் உள்ளே எடுத்துட்டுப் போக முடியலே உள்ளே இருக்கற தண்ணி ஜின்னுன்னு தொண்டையெப் பாதிக்குது. உள்ளே ஏசி சொகமா இருக்கு. ஆனா ரொம்ப நேரம் ஆக ஆக குளிர் அடிக்க ஆரம்பிக்குது. சில பேர் ஜாக்கிரதையா ஜெர்க்கின் போட்டுட்டு வந்தர்ராங்க... சாப்பாட்டு நேரத்திலே நம்ம ஜனதா சாப்பாடு ஓட்டல்லெ பெரிய கூட்டம்தான். என்னமோ சூப்பு மாதிரி வெக்கறாங்க. கேரளாவுலே சீரகத்தண்ணி மாதிரி ஆனா இது வேற கலர். இத்துனூண்டு சாதம். ஒரு சப்பாத்தி. கொஞ்சம் ஆசைப்பட்டாலும் எகிறிப் போயிருது பில்... பிஸ் மீல்ஸ்சுன்னு சொன்னா ஒரு மீன் துண்டு கெடைக்குது. என்னமோ மீன் குடலை வறுத்து மேல போட்டமாதிரி மொறுமொறுன்னு. கடைசியிலெ பாத்தா அது ரவாத்தூள். ராத்திரியிலெ கொஞ்சம் லேட் ஆனாலும் டிபன் கெடைக்கறதில்லை. ஆலு போண்டா, பக்கோடான்னு மைதா மாவுலெ செஞ்ச எதையோ போட்டு வயித்தெ நெரப்ப வேண்டியிருக்கு. ராத்திரி தூக்கத்திலெல்லா இந்த ஊர்ப் பெண்கள், வேண்டியிருக்கு அப்புறம் டிக்கட் ரிசர்வேசன் கோட் நெம்பர் வந்துட்டே இருக்கு.”

“தண்ணியடிச்சிட்டு படு குரு.”

“அதுக்கெல்லா பட்ஜெட் ஒத்துக்குமா சார்.”

“உங்க குரூப்பெல்லா எப்பிடி பீல் பண்றாங்க.”

“அவங்கெல்லா ரசனையோட பாக்கறாங்க. நமக்கு இதுதான் மொதல் வருசம். அதனாலே புடிபடலே. ஒருத்தர் எழுத்தாளர். ஒருத்தர் ஓவியர். இரண்டுபேர் வாத்யார்க. ரெண்டு பேர் தம்பதிகள், ஒருத்தர் பத்திரிகையாளர். ஒருத்தர் படம் பண்ணிருக்கார். பிலிம் பஜார்லே பிசியா இருக்கார். நாந்தா தற்குறி மாதிரி திரியறேன். அவங்க கூடயெல்லா பேசறதுக்கே பயமாயிருக்கு. தீவிரமாப் பேசறாங்க. படிக்கறாங்க. அவங்க லாங்குவேஜ்ஜே வேற மாதிரி இருக்கு.”

“உங்க குரூப்லே உள்ளவங்ககிட்ட எங்களபத்திக் கேட்டா எதுவும் சொல்ல வேண்டாம். பிராமிஸ்.”

“பிராமிஸ்.”

“சொன்னா நம்ம கனெக்‌ஷன் கட்டாகும். பிராமிஸ்.”

வெகு சீக்கிரம் அலுத்துப்போச்சு என்றாள் ரத்னாதேவி.

“இன்னிக்குப் பார்த்த படம் ஒண்ணும் புரியலே. என்னமோ படிக்கறவங்க. காலேஜ் ஸ்டூடண்ட் மாதிரி தெரியுது.”

“உன்ன மாதிரி.”

“ஆமா... ஆனா அந்தப் பையன் உங்களமாதிரி இல்லே. இளசு மயில்.”

“செரி... என்ன புரியலையா?”

“பார்டிகில்ள்ன்னு படத்துப் பேரு அனைத்தும் துகள்கள். துகளாகி அவ மறஞ்சு போறா கிளாஸ் ரூம்... அவங்களோட உலகம். சுத்தறது... அலையறது...”

“நம்மளெ மாதிரி...”

“ஆமா. காடு மேடுன்னு அப்புறம் செக்ஸ்...”

“ஆமாமா...”

“உடம்புகள் ஒன்றித் துகள்களாகி... கொஞ்சம் சயன்ஸ் கொஞ்சம் காதல்ன்னு... என்ன சொல்ல வர்றாங்கன்னு தெரியலே.”

“நான் தூங்குனன் கவனிச்சியா ரத்னா.”

“ஆமா மயில்.”

“அந்த சிக்னேச்சர் படத்திலெ வர்ற மயில் மாதிரி கண்ணீர் வடிச்சே.”

“வடிச்சிச்சனா... வடிப்பனா...?”

“ரெண்டுந்தா. சாயங்கால ஷோவுக்குப் போறதுக்கு முந்தி யோசிக்கலாம். படமில்லாமெ எங்காச்சும் வெளியே ஷாப்பிங் கூடப் போலாம்.”

“எங்க போறது... டோனா, பவுலா கோல்வா, பலோலம் கடற்கரைகள் போயாச்சு. குரு ஷாப்பிங்க்கு ஒரு நல்ல எடமாச் சொல்லு.”

“மபாசா மார்க்கெட். மொதல் நாளு நாங்க வந்தப்போ போனம்.”

“பெரிசா...”

“ரொம்பப் பெரிசுதா. நான் இன்னிக்கு வர்லே. போயிட்ட எடம்தான்.”

கூகுளில் இடம் தேடினான். பின் பனாஜி பேருந்து நிலையம் சென்றார்கள். அங்கிருந்து இன்னொரு பேருந்து. அப்புறம் இன்னொரு பேருந்து

“மார்க்கெட் எல்லா நாளுமிருக்குமான்னு தெரியலையே ரத்னா.”

“வந்தாச்சு போயி பாத்துட்டு வந்தரலாம்.”

பேருந்தில் கேட்டார்கள் ஒருவனிடம்.

“மபாசா மார்க்கெட் புல் டைம் மார்க்கெட் ஆர் பார்ட் டைம் மார்க்கெட்.”

“எனி டைம் மார்க்கெட்.”

பேருந்துகள் லொடலொட என்று சப்தமெழுப்பின. 17 பேர் நிற்க. 41 பேர் உட்கார என அறிவிப்புகள். பெண்கள் உதவிக்கு 1091, 1098 என்றன அறிவிப்புகள். மரியமிராண்டா ஓவியமொன்று அறிவிப்பிற்கு அருகில் இருந்தது.

“இந்தப் பெயிண்டிங் எங்கையோ பாத்திருக்கம் ரத்தனா கலா அகாடமியிலெ பெரிசு பெரிசா உள்ளே வெச்சிருக்காங்களே. மரிய மிராண்டான்னு பெரிய ஓவியர். செத்துப்போயிட்டார்.”

“நம்மூர் ஜெயராஜ் மாதிரியாடா.”

“இல்லெ... பெரிய கிரியேட்டிவ் ஆர்ட்டிஸ்ட்.”

“ரத்னா உனக்கு இதெல்லாம் தெரிஞ்சிருக்கு. மரியமிராண்டாவைத் தெரியாது. மிராண்டா கூல்டிரிங்க்ஸ் தெரியும்”

“செரி செரி அசடு வழியாதே மயில்.”

காந்தி சிலை தெரிந்த இடம் மார்க்கெட் என்றார்கள். காய்கறி முதல் தட்டு முட்டுச் சாமான்கள் வரை நீண்டுகொண்டே இருந்தன. “கருவாட்டுக்குன்னு இவ்வளவு பெரிய ஏரியாவா... நடந்து நடந்து கால் வலிக்குது. எந்தப் பர்ச்சேசும் வேண்டா. யாரு தூக்கிட்டுப் போறது. என்னமோ பெரிசா இருக்கற மாதிரி இருக்கு, மத்தபடி மார்க்கெட்தா, போறது.”

“மார்கெட்தா... வேற என்ன இருக்கும்.எல்லாம் மலிவாக் கெடைக்குது.”

“மலிவுன்னு சொன்னதினாலே ஒண்ணு ஞாபகம் வருது ரத்னா.”

கோவாவில் மதுவைவிட பெண்கள் மலிவு, என்ற வசனம் ‘தம் மரோ தம்’... இந்திப் படத்துல வந்தது. கடும் எதிர்ப்பு வந்தது.

“யாரு நடிச்சது.”

அபிஷேக் பச்சன், பிபாஷா பாசு. படத்தின் ஒரு காட்சியில், கோவாவில் மதுவைவிட பெண்கள் மலிவாகக் கிடைப்பார்கள் என்று வசனம் வைக்கப்பட்டுள்ளது. இந்த வசனத்தை பிபாஷா பாசு பேசுவதுபோல வசனம் வைக்கப்பட்டுள்ளது...

மீண்டும் பனாஜி பேருந்து நிலையம் வர, பேருந்தில் இடம் பிடித்தார்கள்

“ஆமா லாட்ஜிலெ மபுசா பிரட்டுன்னு நேத்து சாப்புட்டமே. அதெ அங்கெ பாக்கலியே.”

கோவாவின் மபுசா மார்க்கெட் பகுதியில் இந்தப் பிரசித்தி பெற்ற வகை பிரெட் கிடைக்கும். வட்ட வடிவில் முற்றிலும் கோதுமையால் தயாரிக்கப்பட்ட இந்த பிரெட் கோவாவின் முக்கிய மற்றும் பிரசித்தி பெற்ற உணவு வகையாகும். என்றும் சர்வர் சொன்னது ஞாபகம் வந்தது.

“மபுசா பிரட்டு வாங்கணுமா. அதெ எங்க தேடறது. நாம் இப்பொ பாக்க புக் பண்ணியிருந்த படம் டாட்டர் ஆப் மைன். ஜெர்மனி படம். அதிலெ தன் பெண் குழந்தயெத் தேடற

ரெண்டு அம்மாக்களைப் பத்தி. நல்ல படமா இருந்துருக்குமோ என்னமோ. இங்க வந்து டைம்வேஸ்ட் ஆயிருச்சு.”

“அக்கரைக்கு இக்கரை பச்சை ரத்னா. படத்துக்குப் போனா மார்க்கெட் போயிருக்கலாமுன்னு நெனப்பு வரும்.”

ரத்னாவின் இருக்கைக்கு எதிரில் பெண்கள் உதவிக்கு 1091, 1098 பெண் சமம்... 1098... என்றன அறிவிப்புகள். மரியமிராண்டா ஓவியமொன்று அறிவிப்பிற்கு அருகில் இருந்தது. அதையே பார்த்துக்கொண்டிருந்தாள் ரத்னாதேவி.

‘இந்த எண்களைப் பயன்படுத்த வாய்ப்பு இங்கு ஏற்பட்டு விடுமா’ என்ற எண்ணம் ஏனோ ரத்னாதேவிக்கு மனதில் வந்தது. சட்டென பயம் பிடித்துக்கொண்டது அவளுக்கு.

11

“வெல்கம் டூ ஹவர் கன்ட்ரி.... வெல்கம் டு பிலிம் ஃபெஸ்டிவல்”

“தாங்க்ஸ்:

அந்த வெளிநாட்டுத் தம்பதிகளின் கைகளைக் குலுக்கிக் கொண்டனர். .வெயில் அவர்களின் இளஞ்சிவப்பு முகங்களில் வியர்வையை வரவழைத்திருந்தது. அவர்களின் தோள்களில் தொங்கிய பை இப்போதே ஊருக்குப் புறப்பட ஆயத்தம் செய்து வந்திருப்பவர்கள் போல் கனத்துக் காணப்பட்டது.

“அய் லவ் இத்தாலியன் டைரக்டர்ஸ்” என்றார் விஸ்வம். முகங்களில் சிரிப்பு நிறைய அந்தத் தம்பதிகள் ஓவென்றனர்.

“ஹவ் யூ நோ வீ ஆர் இத்தாலியன்ஸ்.”

“ஃப்ரம் யுவர் கார்டு... திஸ் ஈஸ் யுவர் ஃபர்ஸ்ட் டைம் இன் கோவா... “கழுத்தில் தொங்கிய திரைப்பட விழா அட்டையைப் பார்த்தபடி கேட்டார்.

“நோ நோ... ஃபிப்த் டைம். வீ என்ஞாய் கோவா. குட் பிளேஸ். காட் கிரியேட்டடு கோவா... காட் ஸ் லேண்ட்.”

"மை செல்ஃப் ஆல்சோ ஃபிஃப்த் டைம்."

"அய் லவ் இத்தாலியன் டைரக்டர்ஸ்... இந்தாண்டு வெளிநாடு டெலிகேட்சிலெ இத்தாலியன்ஸ் அதிகம். வழக்கமா கோவா டூரிஸ்டா வர்றதிலே அதிகமானவங்க ரஷ்யக்காரர்கள். அடுத்தது பிரிட்டன். அடுத்ததுதா இத்தாலியன்ஸ். ஆனா வெளிநாடு டெலிகேட்சிலெ இத்தாலியன்ஸ் அதிகம்" என்றார் விஸ்வம்.

"கேன் யூ மென்சன் சம் டைரக்டர்ஸ்."

"எஸ்... எஸ்ஸெசலி கெஞ்சி மிகோகச்."

"ஓ கிரேட் டைரக்டர்..."

"கேன் யூ மென்சன் சம் அப் கிஸ் பிலிம்ஸ்."

"அய் லவ் கிஸ் தி ரிசரக்சன் ஆப் லவ்."

"ஓ... வெரி ஏர்லியர் பில்ம். மெலோடிராமா இருக்கும். பென்ஷி கதை சொல்லும் பழைய முறையை ஒதுக்கிவிட்டு ஜப்பான் சினிமாவில் படம் எடுத்தவர்களில் முக்கியமானவர்."

"எஸ்.வெனிஸ் ஃபெஸ்டிவல் கீ காட் அவார்டு பார் லைப் ஆப்... கரு. ஒரு பாலியல் பெண் தொழிலாளி பற்றி. இளவயதில் சாமுராய் இளைஞனைக் காதலித்த குற்றத்திற்காக குல தண்டனையாக குடும்பத்தோடு அந்தச் சமுதாயத்திலிருந்து வெளியேற்றப்படுகிறாள். சாமுராய்க்கு மரண தண்டனை."

"எஸ்... வெரி குட் பிலிம்."

"கேன் யூ டெல் சம்திங் அபவுட் ஹிம். அய் வில் ரிகார்டு." கைபேசியை எடுத்து ரிகார்டு செய்ய ஆரம்பித்தார் விஸ்வம். அவர் கையில் இருந்த ஓவியங்களை வாங்கிக் கொண்டான் குரு. அவர்களுக்குத் தருவதற்காகத் தன் ஆங்கில மொழிபெயர்ப்புப் புத்தகம் ஒன்றை எடுத்துத் தயாராக வைத்திருந்தான் கிருஷ்ணபிரபு.

"ஸ்டிரிட் ஆப் சேம் கூட அவரின் பாலியல் தொழிலாளி பற்றிய படம்தான் அவர் அந்தப் படத்திற்காக பல பாலியல் தொழிலாளிகளைச் சந்திக்கிறார். அப்போது அவர் சொல்கிறார்"

இந்த இடத்தில் நீங்கள் வாழ்வதற்குக் காரணம் உலகில் ஆண்கள்... நானும் அவர்களின் ஒருவன். கண் கலங்குகிறேன். தலைகுனிந்து நிற்கிறேன்...”

விஸ்வம் அவரின் ஓவியங்களை நீட்டினார். அவர்கள் ஓவியங்களைப் பார்த்துக்கொண்டிருப்பது போலவும் ஓவியங்களைப் பிடித்திருப்பது போலவும் அவர்களுடன் சேர்ந்து நின்றுகொள்ள கிருஷ்ணபிரபு படம் எடுத்தார். “இப்போது என் முறை அவர்களுக்கு என் புத்தகங்களைத் தருகிறேன் படம் எடுங்கள்.”

“மை... புக்... ஃபார் யூ... கிஃப்ட்.”

“யூ ஆர் எ ரைட்டர்”

“எஸ்.”

“வீ வில் ரீடு... எனி பில்ம் ஸ்கிரிப்ட் யூ ரைட்.”

“நோ... தேங்க்ஸ்.”

“பை பை.”

“சினிமாவுக்குக் கதை வசனம் எழுதியிருக்கியானு கேட்டு உன்னெ சினிமா ஆசைக்குக் கிளப்பிவிட்டுட்டார்ன்னு நெனைக்கறன். குரு வேற சினிமாவுலே சேரணும்னு சொல்லிட்டு இருக்கான். பனியன் கம்பனியெ மறக்கச் செஞ்சுருவாங்க. கோவா மலையாளி பத்திரிகையிலெ என்னைப் பேட்டி எடுத்துட்டு உன் படத்தைப் போட்டுட்டு நான் பனியன் தொழிலாளின்னு எழுதிட்டாங்க குழப்பமாகி.”

‘கோவா மலையாளி’ கோவாவிலிருந்து வெளிவரும் தினசரி. சென்றாண்டு வந்தபோது, தமிழ்நாட்டிலிருந்து வந்திருக்கும் குழுவில் ஒரு சிலர்... கோவையைச் சார்ந்த திரைப்பட ரசிகர்கள் என்று வர்ணப் படத்துடன் பிரசுரம் செய்திருந்தார்கள். அவர்களை அடையாளம் கண்டுகொண்டு விஸ்வம் தன் ஓவியங்களைக் காட்டினார். தூர்தர்சனில் நேற்று பேட்டி வெளிவந்திருப்பதைச் சொன்னார். தூர்தர்சனில் வரும் என்று நேரத்தைக் குறிப்பிட்டு வீட்டில் உள்ளவர்களுக்கு தகவல் தந்தார்.

வாட்ஸ் அப், முகநூலில் தகவல் போட்டிருந்தார், தூர்தர்சன் பேட்டி எடுத்த புகைப்படத்தையும் போட்டிருந்தார். கோவா மலையாளி தினசரி குழுவிலிருந்த பெண் நிருபரும் ஆண் புகைப்படக்காரரும் ஆர்வத்துடன் கேட்டார்கள். குருவைப் பற்றிக் கேட்க பனியன் தொழிலாளி. படம் பார்க்க ஆவலுடன் வந்திருக்கிறார் என்று சொன்னதும் ஓ... திஸ் வெரி இன்ட்ரஸ்டிங் என்று குருவையும் பேட்டி எடுத்து சில விபரங்களைக் கேட்டார்கள். குரு தமிழிலேயே சொன்னான். அவர்களும் புரிந்துகொண்டார்கள். கோவா மலையாளி பத்திரிகையிலெ என்னைப் பேட்டி எடுத்துட்டு உன் படத்தைப் போட்டுட்டு நான் பனியன் தொழிலாளின்னு எழுதிட்டாங்க குழப்பமாகி என்று மீண்டும் மீண்டும் வருத்தப்பட்டுக் கொண்டிருந்தார் விஸ்வம்.

“குரு நான் பேட்டி குடுக்கற எடத்துக்கு இனி வராதே. குழப்பமாயிருது” என்று கிண்டலாகச் சொன்னார்.

“அவங்க எவ்வளவு கேள்வி கேட்டாங்க பாரு. ஃபாரின் டெலிகேட்ஸ். சும்மா அவங்க நாட்டுப் பட டைரக்டர்ஸ் பத்தி சொல்றாங்கன்னு ஒரு கிராஸ் விசாரணை, சும்மா நம்பக்கூடாது பாரு.”

“செரியா அவங்க கேட்டதுக்குச் சொன்னீங்க.”

பேட்டி தந்துவிட்டால் அவர்களைப் பார்க்கிறபோதெல்லாம் எப்ப பேட்டி வரும் என்று கேட்பார் விஸ்வம்.

படம் பார்க்கும்போது தொடர்ந்து சப்டைடில் ஓடுவது போல் நச்சரிப்பு. எப்ப கெடாவெட்டுவாங்க என்று கவுண்டமணி கேட்பது குருவுக்கு ஞாபகம் வரும்.

“அங்க நடந்து போறது அருண் கார்த்திக் மாதிரி இருக்கு.”

“யாருங்க அவர்”

“நம்ம கோயமுத்தூர்க்காரர். கோவை குண்டுவெடிப்பை வெச்சிட்டு ஒரு படம் எடுத்திருக்கிறார். பிலிம் பஜ்ஜார்லே போடறாங்க. நம்ம கோவையிலெ அரவிந்தன்னு ஒருத்தர்

எடுத்த கோவை குண்டுவெடிப்பு பத்திய படத்தைத் தடை பண்ணிட்டாங்க... இந்தப் படம் வெளிநாட்டுப் புரடூசர்... ஒரு நாடு... இரு பெரிய மதங்கள் பிரச்சினை என்றால் பணம் தர்ரது. அவங்களுக்கு பேசன் . ஒரு முஸ்லீம் கடையில் இந்து வேலை பாக்கறார். பக்கத்திலெ ஒரு முஸ்லீம் பிரியாணிக்கடை. அங்க இந்துத் தொழிலாளி ஒருத்தர்ன்னு...”

“இதுக்கு முந்தி படம் எடுத்திருக்காரா.”

“ஆமா சிவபுராணம்ன்னு ஒரு படம். நேட்டர்டம் ஃபெஸ்டிவல்லே அவார்டு வாங்குச்சு.”

ஓபனிங் பிலிம்... பம்பாய் ஃபெஸ்டிவல்லே போட்டாங்க,” பம்பாய்லே போட்டப்போ தமிழ்ப்படமுன்னு முந்நூறு பேர் வந்துட்டாங்க. பத்து நிமிசம் முடிஞ்சப்புறம் பாத்தா இருநூறு பேர் வெளியே போயிட்டாங்க. கடைசியில அம்பது பேர்தா படம் பாத்தாங்க. அவங்கதா உண்மையான ரசிகர்கன்னு சொன்னார்... ரொம்பக் கொழப்பமா இருக்கும் படம்... உங்களெ சினிமா ஆசைன்னு சொல்லி கிண்டல் அடுச்சேன். எனக்கு மட்டும் இல்லையா. தூர்தர்சன் பேட்டி பெரிய அளவு போயிருச்சு. ஆதிமூலத்தைவிடப் பெரிய ஆளாக வந்திருப்பேன். வேலை சிரமம். ஆர்ட் டைரக்டர் சான்ஸ் வரும். கோயமுத்தூர்லே ஆட்டோ சந்திரகுமார் தெரியுமில்லெ. அவரோட நாவல்தா விசாரணைன்னு படமாச்சு. அவரோட அடுத்த படத்திலெ நாந்தா ஆர்ட் டைரக்டர்ன்னு அவர் சொல்லியிருக்கார். செரி... அருண் கார்த்திகேயனத் தேடறன். ராம் டெய்லி சந்திக்கிறார். நான் தேடறன். இருங்க.”

குரு கைபேசியை எடுத்துப் பார்த்தான். அடுத்த திரையிடலுக்கு இன்னும் அரை மணி நேரம் இருந்தது. எதிரில் இருந்த சோவியத் திரைப்பட அரங்கிற்கு வேடிக்கை பார்க்கச் செல்லலாமா என நினைத்தான். வேப்ப மரத்தடியில் உட்கார்ந்திருந்தவரைப் பார்த்தான். போதையில் இருக்கிற மாதிரி தெரிந்தது.

நேற்றுகூட அவருடன் இருந்தவருடன் தமிழில் பேசிக் கொண்டிருந்ததைக் கேட்டான். மலையாளிகள்கூட

சாதாரணமாக தமிழ்பேசுவார்கள். திரைப்படத்துறையைச் சார்ந்தவர்கள் எல்லாமொழிகளையும் லாகவமாகப் பேச வாய்ப்பு இருக்கிறது என்று நினைத்தபடியே அவரின் அருகில் சென்று அமர்ந்தான்.

ரத்னாதேவியின் உடம்பு நடுங்கிக்கொண்டிருந்தது. திரையரங்கை விட்டு வெளியே வந்து மரத்தடியில் போடப்பட்டிருந்த பெஞ்சில் உட்கார்ந்தபின் சற்று நிதானமாவது போலிருந்தது. விசை இழந்து போன கடிகாரம் போல் மெல்ல சமநிலைக்கு வருவதை உணர்ந்தாள். இப்போது எதிர்நிலையாய் உடம்பு வியர்க்க ஆரம்பிப்பது போலிருந்தது. திரையரங்குகளின் உள்ளே இருக்கும் அதீத ஏசி தரும் குளிர் கொஞ்ச நேரத்திற்கு இதமாக இருக்கும். மெல்ல மெல்ல ஊடுருவி எலும்புகளைத் துளைப்பது போல் உடம்பைப் பாதுகாக்கச் செய்யும். கைகளைக் கட்டிக் கொள்ளச் செய்யும். அதற்கப்புறம் லேசான நடுக்கம்தான். இரண்டு மணி நேரம் உள்ளே தாக்குப்பிடிப்பது சிரமம் என்பது போல் வெளியேற வேண்டியிருக்கிறது அவளுக்குப் பல சமயங்களில்,

12

இந்த உடம்பு நடுக்கம் வெறுமனே ஏசி தரும் குளிர் காரணமாகவா. இல்லை... இவ்வளவு தூரம் மயிலானந்தனுடன் வந்ததும் கூட வா. சித்தப்பா வீட்டில் என்னமாக அலறிக்கொண்டிருப்பார் என்ற கற்பனையும் தந்த மனச்சங்கடங்களும் சேர்ந்துதான் என்பது ஏனோ மனதில் வந்தது. கல்லூரிக்கு ஒழுங்காய் போய்க்கொண்டிருக்கலாம். படிப்போடு, பாடத்தோடு சித்தப்பா குடும்பத்திற்கும் கவுரவம் தந்திருக்கலாம். மயில் சற்று வயதானவன் போல் தெரிகிறான். மனைவி குடும்பம் இருக்குமா தெரியவில்லை. ஆனால் யாரிடமோ பேசுகிறான். அவன் பக்கம் எல்லாம் சரியாகத்தான் செல்கின்றன. தன் பக்கம் எல்லாம் குளறுபடியாகிவிட்டது. இனியும் சரிசெய்து கொள்ளமுடியுமா. பேருந்தில் பார்த்த பெண்கள் உதவிக்கான தொலைபேசி எண்கள் மனதில் வருவதை அவளால் கட்டுப்படுத்த முடியவில்லை.

இன்றைக்கு அறையிலேயே இருக்கலாம். ஓய்வெடுக்கலாம் என்றுதான் நினைத்தாள். முக்கியமான படங்களுக்கு டிக்கெட் கிடைக்கவில்லை. போர்வோரிம் அயனக்ஸ் போலாமே. பிரி ஆட்டோ போல் அங்கு செல்ல இலவசப் பேருந்து ஓடுகிறதே என்றான் மயில். மபுசா மார்க்கெட் போனபோதுகூட அந்தத்

திரையரங்குகளைக் காட்டியிருந்தான். அந்த அயனக்சில் மூன்று திரையரங்குகள் இருக்கின்றன. ஏதாவதில் டிக்கட் கிடைக்கும். ஆனால் பதினைந்து கிலோ மீட்டர் செல்லவேண்டும். மெட்ரோ வேலைகள் அங்கங்கே நடப்பதால் பயணம் தடைபடுவதும் தாமதமாவதும் சிரமம்.

அடுத்த முறை வரும்போது மெட்ரோ வேலை முடிந்து விடும். பனாஜியிலிருந்து மபசாவுக்கு முக்கால் மணி நேரம் பயணப்பட்டுப் போவதைவிட பத்து நிமிடத்தில் சென்று விடலாம் என்றான். மறுபடியும் மயிலுடனா... எதற்காக... அவளின் கற்பனைகள் பயமளித்தன அவளுக்கு. மெக்கனிஸ் திரையரங்கில் இடம் கிடைத்தது. பாரஸ்ட் கம்ப் என்ற அமெரிக்கப் படம்தான். திரையரங்குகளில் முன்பே வந்திருக்கின்றன என்றான். ஏதோ ரெட்ரொஸ்பெக்டிவ்... ஏசி குளிரைத் தாங்க முடியாமல் ரத்னா வெளியில் வந்தாலும் ஏசியின் குளிரை அனுபவிப்பவன் போல் பல சமயங்களில் மயில் உள்ளே தூங்கிக் கொண்டிருப்பதைக் கவனித்திருக்கிறாள்...

அவளருகில் வந்து உட்கார்ந்தாள் அந்த வட நாட்டுப்பெண். விலை உயர்ந்த சுடிதார். குட்டையான தலைக்கேசம். கண்களின் உள்ளும் மை போட்டிருப்பது போல் கண்களை வெளிக்காட்டும் முகப்பூச்சு. வசீகரமாக இருந்தது. இன்றைக்குக் கண்ணாடியில் தலை சீவும் போதும் கவனித்திருந்தாள் முகம் ஒடுங்கிவிட்டது. ஒருவகைக் கறுப்பு நிறம் கண்களுக்குக் கீழ் வந்துவிட்டது அவளுக்கே அதிர்ச்சி தந்தது...

“மேடம் நீங்கள் பிலிம் மேக்கரா?”

“எஸ்...யூ.”

“காலேஜ் ஸ்டூடண்ட்.”

“பிலிம் இன்ஸ்டிட்யூட்... காலேஜ்.”

“நோ ஆர்ட்ஸ் காலேஜ்.”

“வெரி நைஸ். பெரும்பாலும் இங்கு பிலிம் இன்ஸ்டிட்யூட்டில் படிப்பவர்கள்தான் வருவார்கள். ஆர்ட்ஸ் காலேஜ் என்பது

ஆறுதல்... கலை இலக்கியத்திலிருந்து வருவது நல்லது."

"நீங்க எடுத்த படம் இங்க வந்திருக்கா."

"ஆமா!"

"எந்த மொழி... எப்போத் திரையிடல்?"

"அஸ்ஸாமி. நேத்து முடிஞ்சு போச்சு. ஒரு நாவல்லிருந்துதான் என் படம் உருவாச்சு"

"ஓ... வெரி நைஸ்."

"நல்ல சினிமாவை ரசிக்க நல்ல படங்களைப் பார்க்க வேண்டியிருக்கும். நல்ல புத்தகங்களைப் படிக்கவேண்டி இருக்கும்."

"நாவலைப் படமாக்கியிருக்கீங்க சுலபமா இருந்துச்சா?"

"நான் இலக்கியம் படிச்சேன். அதனால் இலக்கியத்தை நேசித்துத் தழுவுகிறேன். எழுத்தாளரை மனதில் வைத்துக் கொள்கிறேன். ஒரு மீடியத்திலிருந்து இன்னொரு இடத்துக்கு எழுத்தாளரைக் கொண்டு வருகிறேன். கவிதை சிக்கனமானது போல் ஜாக்கிரதையாக படம் செய்கிறேன் சமூகப்பிரச்சினைகளைத்தான் எடுக்க வேண்டும் என்பது இல்லை."

கழுத்தில் தொங்கிய அசாமியப்பெண் இயக்குனரின் பெயரைக் குறித்துக்கொண்டாள்.

"உங்க படங்கள் யூ டியூப்லே இருக்குமா?"

"நோ... என் பழைய படங்கள் டிவிடி கூட மார்கெட்டலே கெடைக்கறதில்லெ வெரி சேட்..."

ஹாய் என்று குரலுயர்த்தி வந்த அந்த ஆஜானுபாகு மனிதனின் கையாட்டலில் அந்தப் பெண் எழுந்து மெல்ல தூரமிருந்த அவனிடம் செல்ல ஆரம்பித்தாள். "சி யூ..."

குரு ஒரு பெண்ணுடன் வந்தவன் ரத்னாதேவியின் அருகில் உட்கார்ந்துகொண்டான்.

இவங்க கேரளாக்காரங்க, பேங்கிலெ வேலை செய்யறாங்க,

“ஹாலோ...ஹாலோ”

“வேறு மொழிக்காரங்களோட பேசறது இதுதான் மொதல் தரம் இங்கே. இங்க வந்திருக்கிற டெலிகேட்சிலெ அதிகமானவங்க கேரளாக்காரங்க. அடுத்து மராத்திக்காரங்க. உள்ளூர்க்காரங்க அம்பது சதம்ங்கறது வேற விசயம்.”

“நல்லாத் தமிழ்பேசறீங்க...”

கேரள பார்டர்லே இருக்கேன். குளச்சல், “மார்த்தாண்டம்ன்னு ஊர்லே வேலை பார்த்திருக்கன்.”

“பாங்க் வேலை. இதுலெ எப்பிடி ஆர்வம்.”

“நீங்க?”

“காலேஜ் ஸ்டூண்ட்.”

“நீங்க காலேஜ் ஸ்டூண்ட். இவர் பனியன் லேபர். படம் பாக்கறதிலெ இன்ட்ரஸ்ட். எனக்கு மட்டும் இருக்காதா. ரசனை எல்லாருக்கும் பொதுதானே.”

“உங்களுக்குத் திருவனந்தபுரம் பக்கம்தானே. திருவனந்தபுரம் பிலிம் ஃபெஸ்டிவலுக்குப் போவீங்களா?”

“போவம். நாகர்கோவில்லெ இருந்தப்பவும் போவம். ரெண்டு மணி நேரப் பயணம். போவம். டெய்லி போயிட்டு வருவம். ட்ரெயின் புடுச்சா போயிர்லாம்.”

“அவ்வளவு இன்ட்ரஸ்ட்டா.”

“திருவனந்தபுரம் பிலிம் ஃபெஸ்டிவல் அடுத்த மாசம்ன்னாங்க.”

“வாங்க...”

“வாய்ப்பில்லீங்க...”

“மயிலைக் காணம் அக்கா.”

“அவர் உள்ளே படம் பாத்திட்டிருக்கார்,” எனக்கு உள்ளே ஏ.சி. குளிர் தாங்க முடியாமெ வெளியே வந்துட்டன். மறுபடியும்

போக முடியாது. வுட மாட்டாங்க சரின்னு உட்கார்ந்துட்டேன். பொழுதுபோகட்டும்."

"ஆமா... பொழுதுபோனாப் போதுன்னு இருக்கு. ரிடர்ன் டிக்கெட் புக் பண்ணியிருக்கு. அதுக்கு முன்னெ போக டிக்கட் கெடைக்காது. நாலு நாள் சகிச்சுக்கலாம்ன்னு இருக்கேன்."

"ஏன் இப்பிடிப் பேசறீங்க. பனியன் கம்பனி வா வாங்குதா."

"பணக்கஷ்டம். கடன் வாங்கிட்டு வந்தேன். இந்தப் படங்களெல்லா எனக்குப் புரிஞ்சுக்க சிரமமா இருக்கு. ஆனா நல்ல அனுபவம்."

ரத்னாதேவி தனக்கும் நல்ல அனுபவம் என்று முனகிக் கொண்டாள். சித்தப்பா வீட்டில் தகவல் தந்தாயிற்று. சென்னையில் இருப்பதாகப் பொய் சொல்லியாயிற்று. தேட வேண்டாம் என்றும். சரி காத்திருக்கிறம் என்று சித்தப்பா சொல்லிவிட்டார்.

"ரத்னா அக்கா என்ன உங்களுக்கு ஹோம் சிக் வந்திருச்சா?"

"ஆமான்னுதா சொல்லணும்."

அவளின் அக்கா கலப்பு மணம் செய்துகொண்டு தனியாக வாழ்ந்து வந்தாள். பாவாவின் ஜாதிக்காரர்கள் மிரட்டிக் கொண்டிருந்தார்கள். ஆறுமாதம் சென்றிருக்கும்... அம்மாவும் அப்பாவும் பயந்துகொண்டிருந்தார்கள் எல்லாம் சரியாய் போனால் போதும் என்றிருந்தார்கள் சட்டென அக்காவும் பாவாவும் வீட்டிலேயே கொலை செய்யப்பட்டுக்கிடந்தார்கள். அவளின் அம்மாவும் அப்பாவும் தற்கொலை செய்து கொண்டார்கள். சித்தப்பா வீட்டிற்கு ரத்னாதேவி வந்து விட்டாள்.

கல்லூரிக்குச் சென்றுகொண்டிருந்தவளின் பார்வையில் மயிலானந்தன் பட்டான். தொடர்ந்து பின்னால் வந்தான். தொடர்கிறான் என்று பட்டது. அவள் நடக்கும் வீதியில் அவளைக் கிண்டல் செய்தவர்களை, அக்காவின் மரணம் பற்றி எதையாவது சொல்லி கிண்டல் அடித்துக்

கொண்டிருந்தவர்களைக் கண்டித்து மிரட்டியிருக்கிறான். அவன் பின்தொடர்வதும் அவளுக்கும் ஒரு பாதுகாப்பே என்று இருந்தாள்.

கல்லூரிக்கு வருவது, விழாக்களுக்கு வருவது என்று தொடர்ந்து கொண்டிருந்தான். தொடர்ந்த தொடர்பு இங்கு கொண்டு வந்து விட்டது...

இந்த மாயை எப்படி தன்னை இதுவரைக்கும் கொண்டு வந்து விட்டது என்பது அவளுக்கு ஆச்சர்யமாகவேயிருந்தது.

“குரு நேத்திக்கு ஒரு பார்ல இருந்து வெளியே வர்றதெப் பாத்தன்”

“ஒருத்தர் பீர் சாப்புடக்கூப்புட்டார். போனன்”

“யாரு அவரு”

“தமிழர்தா. பழக்கமாச்சு. பேரு ரகுவரன் சினிமா நடிகர் ரகுவரன் மாதியே ஒல்லியா... குடிகாரரா இருக்காரு. கூப்புடட்டார்... போனன்.”

“எதுக்கு பீர்... ஹாட் சாப்புடலாமே. வாங்கித்தர ஆள் இருந்தா ஹாட்டே சாப்புடலாமே.”

“அப்பிடியில்லெ பெரிசா ஆசப்படக்கூடாது பாருங்க”

“அவர்... எந்த ஊர்க்காரர்.”

“பாலக்காடு பக்கம்னார். ஒத்தப்பாலமோ என்னமோ.”

“படம் பாக்கத்தா வந்தாரா. இல்லெ அப்பப்போ கோவா வருவாராமா. வந்து நாலு நாள் நல்லா தண்ணியடிச்சிட்டு போவாராமா”

“தண்ணீயடிக்கறதுன்னா அங்கியே பண்ண வேண்டியதுதானே”

“வெளியூர் லாட்ஜ்ன்னு சில சவுகரியம் இருக்கும் போல. காசு இருந்தா செலவு பண்ண வேண்டியதுதானே.”

“சினிமாலே ஆர்வம் இல்லையா அவருக்கு...”

"அதெல்லாம் இல்லெ. வீட்லே பொண்டாட்டியோட ஏதோ பிரச்சினைன்னு வந்துட்டாராமா. பிலிம் ஃபெஸ்டிவல் நடக்குதுன்னு வந்து பாஸ் கேடிருக்கார். அய்டிகார்டு, ஆதார் இருந்தா சிரமம் இல்லாமெ டெலிக்கேட் கார்டு குடுத்திட்டாங்க."

ரகுவரன் கோவா தப்பிப்பவர்களுக்கான புகலிடம் என்று குருவிடம் சொன்னார்... புராண காலத்திலிருந்து அப்படித்தானாம். சிவன் பார்வதியுடன் ஏற்பட்ட ஒரு மனத்தாங்கலுக்குப் பிறகு இங்கு தற்காலிகமாகக் குடி இருந்ததாகச் சொன்னார். மகாபாரதத்தில் பீஷ்ம பருவத்தில் இதுக்கு கோமண்டன்னு பேரு. பொருள் பசுக்களின் மண்டலம் இதை உருவாக்கியவர்ன்னு இந்து நூல்கள் பரசுராமரைச் சொல்லும் இந்தத் தேசத்தில் பத்து முனிவர்களுடன் குடியேறி வேள்வித்தீ வளர்த்ததாராம். இன்னொரு புராணக்கதையில் தவம் செய்த, சப்தரிஷிகள் என்னும் ஏழு முனிவர்களுக்கு சிவன் ஆசி வழங்கினார்; இந்த முனிவர்கள் ஆசிபெற்ற இடம்தான் கோவாவில் உள்ள சப்தகோட்டீஸ்வர் கோவில்ன்னார்.

"சிவன் காலத்திலிருந்து. ரகுவரன் காலம் வரைக்கும் ஆம்பளைக தப்பிக்க இருக்கற எடம் போல் இருக்கு. இப்போ நாம தப்பிச்சிருக்கம்."

"நாம்ன்னா எப்பிடிக்கா?"

"செரி நானு அல்லது மயில்."

"அப்போ உங்ககிட்ட பெரிய கதையெல்லா இருக்கும்."

"இந்த ஃபெஸ்டிவல்லெ ஓடக்கூடிய அளவு படம்தா அது. எங்க ஊர்க்காரர் ஒருத்தர் திரவுபதின்னு இதெ வெச்சு ஒரு படம் எடுத்தார். வந்த மாதிரி தெரியலே. வந்திருந்தாலும் ரெண்டு நாள்லெ ஓடிப்போயிருக்கும். அல்லது முடங்கியிருக்கும்."

"எதுக்கு திரவ்பதின்னு அந்தப் படத்துக்குப் பேரு."

"அஞ்சு பேருக்கு ஒரு ஆளாகுறதுனாலியா... இல்லே. திரவ்பதி மாதிரி ஏதாச்சும் சபதம் போட்டாளோ தெரியலே. ஆனா சாதி வுட்டு சாதி கல்யாணம் பண்ணிட்டவங்களப் பத்தின்னு

அந்தப் படம்ன்னு பரவலாப் பேசிட்டடங்க."

அக்காவின் கொலை நடந்த சமயத்தில் விழுப்புரம் பகுதிகளில் அந்தப் படத்தின் படப்பிடிப்பு நடந்தது ரத்னாதேவிக்கு ஞாபகம் வந்தது.

"வாழ வுட மாட்டாங்க... சாகடிச்சிருவானுக."

"நெறைய கதை உங்கிட்ட கூட இருக்குதாக்கா."

"இருக்கு."

13

“மேகம் கருக்குது
மழைவரப் பாக்குது வீசியடிக்குது காத்து
மழைக் காத்து.

பூவுக்குள்ள வாசம் வெச்சான்
பாலுக்குள்ள நெய்யெ வெச்சான்
கண்ணுக்குள்ள உன்னைவெச்சான்
பாத்த கண்ணு சொல்லிச் சொல்லி...”

அருமையான பாட்டு போயிட்டிருக்கு தலைவா. செமையா ரிலாக்ஸ் பண்ணிக்கிறீங்க.

“கொஞ்சம் சீரியசா இருக்கணுமா. சீரியசான சினிமாதா இங்கக் காட்டறாங்க. சீரியசா வேணும்னா தேனி முரளிக்கண்ணன் அனுப்பச்ச மேட்டரை ஃபார்வேர்டு பண்றன். வாட்ஸ் அப்புலே சேந்ததாலெ வந்த வினை... படிச்சுப்பாரு குரு. சீரியசா இரு...”

முரளிக்கண்ணன் அனுப்பியவை குருவுக்கும் வந்துவிட்டன.

1. என் மனதை, அந்தரங்கத்தைப் பார்ப்பதாக யாரும் சொல்வதில்லை. ஆனால் அந்த அடிப்படையில் தொடர்ந்து

அவர்கள் பிரச்சனைகளை உருவாக்கக்கூடியவர்களாக இருக்கிறார்கள். ஆனால் இப்பிரச்சனையால் நேரும் தீமை, கொடுமையை என்னை அடிப்படையாக வைத்து யாரும் மதிப்பிட முடியாது என நினைக்கிறேன். எனக்கு தியானம், மூச்சுப் பயிற்சி போன்றவை சாத்தியமானதால் அவ்வப்போது அசுத்தமான மூளையை சுத்தமாக்கிவிடுகிறேன். நான் முழுமையாக ஆன்மீகத்தில் இறங்கிவிட்டால் முழுக்க இப்பிரச்சனையை என்னால் எளிதாக எதிர்கொள்ள முடியும் எனக்கூட தோன்றுகிறது. கமிட்மெண்டோடு இருந்தால்தான் பிரஷர் ஏறிவிடுகிறது. ஒரு படத்தில் கருணாஸ் ஆட்டோவை எடுப்பார். பின்னால் இருந்து அஜித் வகையறாக்கள் பிடித்து இழுக்கும். நிறுத்திவிட்டு சுற்றும் முற்றும் வந்து பார்ப்பார் கருணாஸ். அஜித் உடனே முன்னே வந்து ரிவியூ மிர்ரரை சரிசெய்வார். இப்ப எடு என்பார். என்னப்பா இது பைத்தியக்காரத்தனமா இருக்கு என்றபடி கருணாஸ் வண்டியை எடுப்பார். இங்கிருப்பவர்கள் எனக்கு 24 மணி நேரமும் இந்த வேலையைத் தான் செய்கிறார்கள். நான் முழுக்க முழுக்கப் பிழையான புரிதலை மட்டுமே அளிக்கப்படும் சூழலில் இருக்கிறேன். ஆனால் எப்படி சரியாகப் புரிந்துகொள்கிறேன் என்னைச் சுற்றியுள்ளவர்களுக்கு ஆச்சர்யமே. நான் சௌகர்யமாக என் இடத்தில் இருக்கிறேன். எனவே எல்லா பிரச்சனைகளும் இதுபோல நான் வந்திருக்கிறேன் எனச் சொல்லி உள்ளே வருகிறது. என் வீட்டிற்குள் வருபவர்களை என்னால் நன்றாக அடையாளம் காண முடிகிறது.

2. அப்பா ஆபத்தில் இருக்கிறார். அவரது தலையிலும் எனக்கும், என் அம்மாவிற்கும் பொருத்தப்பட்டிருப்பதைப் போலவே ரிமோட் நியூரல் மானிட்டரிங் சிப் பொருத்தப்பட்டிருக்கிறது போல. இதை வைத்து மூளையின் நரம்பு மண்டலத்தைத் தாக்கியபடி இருப்பார்கள். அப்பாவை மிஸ்லீட் செய்கிறார்கள். கண் ஆபரேஷனும், இதய ஆபரேஷனும் உடனடியாக செய்தே ஆகவேண்டும் என் அப்பாவை மிஸ்லீட் செய்கிறார்கள். அப்பா அதை நம்புகிறார். பயப்படுகிறார். அவருக்கு எனக்கும், அம்மாவிற்கும், அவருக்கும் தலையில் ஆர்.என்.எம். சிப்

பொருத்தப்பட்டிருப்பது தெரியாது. அண்ணன்களுக்குத் தெரியும். நான் எத்தனை மன்றாடியும் அவர்கள் இதை அப்பாவிடம் ஆதாரத்தோடு சொல்லத் தயாராக இல்லை. இதுபற்றிப் பேசினால் அண்ணன்கள் என்னைப் பைத்தியக்காரனைப்போல கையாள்கிறார்கள். அப்பாவை வைத்து உடனடியாக என்னை வீட்டை விட்டு வெளியேற்றும் நிலைக்குத் தள்ளி விடுகிறார்கள். இந்த சிப்பை பற்றியும், மிஸ்லீட் செய்து ஆஸ்பத்திரிக்கு அனுப்புவது சமூகத்தில் சர்வ சாதாரணமாக நடைபெறும் ஒரு செயல் என்பதும் அவருக்குத் தெரிந்தால் அவர் நிச்சயமாக இதய அறுவை சிகிச்சைக்குச் சம்மதிக்க மாட்டார். அவருக்கு வயது ஏறக்குறைய 75. இந்த ஆபரேஷனை அவரால் ஏறக்குறைய தாங்க முடியாது. ஆபரேஷனுக்குப் பிறகு எத்தனை நாட்கள் இருப்பார் எனத் தெரியாது. அண்ணன்கள் உதவி செய்ய மறுக்கிறார்கள். என் மனமும், அந்தரங்கமும் மற்றவர்கள் கைகளுக்குச் செல்வதைப் போலவே அவர்களது கைகளுக்கும் செல்கிறது. பலமுறை இந்த அடிப்படையில் அவர்கள் என்னிடம் எதிர்வினையாற்றியிருக்கிறார்கள். ஆனால் அப்பாவிடம் மட்டும் இதைப்பற்றிப் பேச உறுதியாக மறுக்கிறார்கள். அவர்கள் பேசினால் அப்பாவின் உயிரைக் காப்பாற்றிவிடலாம். ஆர்.என்.எம் சிப் தலையில் இருப்பதால் மனதிலும், நெஞ்சிலும் அழுத்தம் இருக்கவே செய்யும். அதை அவர்கள் சமயத்திற்குத் தகுந்தாற்போல கூட்டவும் முடியும். எனவே சித்தாவோ, ஆயுர்வேதமோ எடுத்துக்கொண்டு மிச்ச நாட்களைக் கூறு போடாத உடலோடு அவர் இருக்க வேண்டுமென நான் நினைக்கிறேன். உடலை கூறுபோட்டு அடையும் மரணத்தைவிட கூறுபோடாமல் அடையும் மரணம் பரவாயில்லை எனத் தோன்றுகிறது. எனக்குத் தெரியும். வீம்பாக அவர்கள் என் அப்பாவைக் கொன்றால்தான். இல்லையெனில் சித்தா, ஆயுர்வேதா எடுத்துக்கொண்டே அவர் இன்னும் 20 வருடங்களாவது உயிர் வாழ்வார். அம்மாவைக் கொல்ல அவர்களுக்கு ஒரே ஒரு நொடிதான் பிடித்திருக்க வேண்டும். ஒரு பட்டனை அழுத்தியதும் அவருக்கு கரண்ட் ஷாக் அடித்ததைப் போலத் தூக்கிவாரிப் போட்டிருக்க

வேண்டும். பேச்சு, மூச்சற்றுப் போனார். அப்பாவிற்கு வரும் 14-ம் தேதிக்குப் பிறகு மதுரை மீனாட்சிமிஷனிற்கு வரச்சொல்லியிருக்கிறார்கள். நேற்று நள்ளிரவு அவருக்கு மூச்சுத்திணறல் ஏற்பட்டது. தேனிக்குள் எந்த மருத்துவமனையும் திறக்கவிலையெனத் திரும்பி வந்தாயிற்று. இன்று காலையில் மீண்டும் முயற்சித்ததில் பார்த்த டாக்டர் உடனடியாக ஆபரேஷன் செய்ய வேண்டும் என்றிருக்கிறார். அப்பா இப்போது ஆபரேஷனுக்குத் தயாராகிக்கொண்டிருக்கிறார். உடனடியாக ஆபரேஷன் செய்தால்தான், எப்போது வேண்டுமானாலும் நாம் சாக நேரிடலாம் என அவருக்கு பீதி வந்து விட்டது. சுற்றியுள்ள மக்கள் என் எதிர்வினைகளைக் கண்டு மிகவும் மகிழ்ச்சியோடு இருக்கிறார்கள். அம்மாவின் மரணத்தின் போதும் அப்படித்தான். அம்மாவின் மரணத்தை உணர எனக்கு சுத்தமாக நேரமே இல்லை. அவர்கள் சிரிக்கிறார்கள். கேலி செய்கிறார்கள். தூண்டுகிறார்கள். மூளையில் அடிக்கடி கொலைவெறி உருவாகும்போது அவர்களால் சிரிப்பை அடக்கவே முடியாது. எனக்கு இப்போது எப்படிக் குற்றவாளிகள், பைத்தியக்காரர்கள், பிச்சைக்காரர்கள், விபச்சாரிகள் உருவாகிறார்கள் என நன்கு தெரியும். அவர்கள் என்னை மாற்றி மாற்றி சூழ்வார்கள். எங்கு சென்றாலும். எந்த ஊருக்குச் சென்றாலும். ஆஸ்பத்திரிக்குச் செல்லும் அத்தனை பேரும் குற்றவாளிகளா என நான் அவர்களை மீண்டும் மீண்டும் கேட்கிறேன். இதை ஒரு முட்டாள் நாய் என்னிடம் பெருமையாக வேறு ஒரு நாள் பேசியது. நம்ப முடிகிறதா? ஆஸ்பத்திரிக்கு அத்தனை பேரும் குற்றவாளிகள் என்பதை? குழந்தைகள்? அப்பன் இருக்கிறான் இல்லையா? அவன் எதாவது செய்திருப்பான். சமூகத்தில் மறைமுகமாக என்ன நடக்கிறது என்பது சாக்கடைக்குள் ஆழ மூழ்கி என்ன இருக்கிறது என அதற்குள் திரும்பி வர முடியாத மாதிரி போய்க்கொண்டிருப்பது போல. சாதகங்கள், பாதகங்கள் அடிப்படையில் ஒரு ஆளை தொடர்ச்சியாக ஆபத்தை நோக்கிச் செல்வதற்கு ஏற்றவாறு வாழ்நாள் முழுவதும் மாற்றிக்கொண்டே இருப்பது ஒரு முக்கியமான செயல்பாடு. சமூகத்தில் இருக்கும் அத்தனை

பேரும் ஆதி முதல் அந்தம் வரை அறியப்பட்ட மனிதனே. ஒரு குற்றவாளி ஒரு குற்றத்திற்கு முன்னும், குற்றத்தின் போதும், குற்றத்திற்குப் பின்னும் சமூகம், அதிகாரம் மற்றும் அதிகாரம் சார் அதிகாரங்களின் கண்காணிப்பில்தான் இருக்கிறான். அதாவது எல்லா குற்றங்களும் இவர்களுக்குத் தெரிந்துதான் நடக்கிறது. கொலை, கொள்ளை, கற்பழிப்பு, தற்கொலை, விபத்து, வியாதிகள். எல்லாம். நிறைய விஷயங்கள் பற்றி நான் எழுத்தாளர்களிடம் விவாதிக்க விரும்புகிறேன். ஆனால் அது எளிதாக இல்லை. எழுத்தாளர்களில் பூமணி, அஸ்வகோஷ், ரமேஷ் பிரேதன் போன்றோர்களுக்கு இப்பிரச்சனை இருக்கலாம் எனத் தோன்றுகிறது. 100 சதவீதம் உறுதியான சில அறிகுறிகள், எழுதும்போது க்ளியர்கட்டாக ஒரே ஒரு எழுத்து இடையில் இல்லாமல் இருக்கும். அல்லது ஒரே ஒரு வார்த்தை. எத்தனை கவனமாக இருந்தாலும் இது நடக்கும். மற்றவை உடல் நடுக்கம் இருக்கும். மூளையின் நரம்பு மண்டலம் தாக்கப்பட்டால் என்னவெல்லாம் நடக்குமோ அதையெல்லாம் எதிர்பார்க்கலாம். எல்லா உணர்வுகளையும் அவர்களால் செயற்கையாகத் தூண்ட முடியும். சுற்றியுள்ள பல பேர் என்னைப்போல வீட்டில்தான் இருக்கிறார்கள். இந்தியாவில் மொத்த பேரும் ஆண், பெண் உட்பட அத்தனை பேரும் வேலைக்குக் கண்டிப்பாகச் சென்றே ஆக வேண்டும் என சட்டம் வந்து அது சாத்தியமும் ஆனால் குற்றவாளிகள் உருவாவதற்கான சாத்தியங்கள் கடுமையான அதிர்ச்சிக்கு உள்ளாகும். மிக மிகக் கடுமையான அதிர்ச்சி. எந்த கொம்பன் வந்தாலும் இதை சாதிக்கவே முடியாது எனும் அளவுக்கு இந்த அதிர்ச்சி கடுமையானதாக இருக்கும். குற்றவாளி உருவாக எல்லா வழிகளையும் அடைத்தல் என்பது சமூகத்தில் மிகப்பெரிய அதிர்ச்சியை உருவாக்கும். இந்தியாவில் எத்தனை பெரிய மனிதனும் இதை சாதிக்க முடியாது. அனைவருமே 21 வயது வரை கல்விச்சூழலுக்குள் இருக்க வேண்டும். இடைநிலைக் கல்வியை ஒழிக்க வேண்டும். அத்தனை பேருமே காரணம் இருந்தாலொழிய வீட்டில் சும்மா இருக்கக்கூடாது. வேலைக்குச் செல்லவேண்டும். ஆண், பெண் உட்பட. இந்தக் கோரிக்கையோடு யாரையேனும் அல்லது

எந்தக் கட்சியையேனும் முயற்சி செய்து பார்க்கச் சொல்லுங்கள். நாம் எந்த அளவிற்கு அடிமையாக இருக்கிறோம் எனத் தெரிந்துகொள்ள இது சிறந்த வழி. ஒரு நல்ல விஷயத்தை எடுத்துக்கொண்டு தெருத்தெருவாக, வீதிவீதியாக ரத்தம் கக்கக் கக்க அலைவது. கண்டிப்பாக ரத்தம் கக்க வைப்பார்கள். பாலியல் தொழில், பாலியல் இணையதளங்களும் அதில் ஒன்று. எழுத்தாளர்கள் அல்லது சமூகப் போராளிகள் யாருக்கேனும் தைரியமிருந்தால் சொல்லுங்கள். குற்றவாளிகள், பைத்தியக்காரர்கள், பிச்சைக்காரர்கள், பாலியல் இழிவாளிகளை நம்மால் குறைக்க முடியும். நான் யோசனை சொல்கிறேன். ஆனால் ரத்தம் கக்க வைப்பார்கள்.

பாத்தியா குரு. எனக்கான ரிமோட் நியூரல் மானிட்டரிங் சிப் பாட்டில்தா. அதுவும் கோவா பாட்டில் நல்ல சரக்கு. பாண்டிசேரியெ வுட நல்ல சர்க்குதா. எல்லாத்தையும் மீறச் சொல்லுது. பாண்டி, கோவான்னு சரக்கு விலை கம்மியா இருந்தா கேவலமா நினைக்கிற ஒரு கோஷ்டியும் இருக்கு. டேஞ்சரஸ் குரூப் அது.

14

கோவாவிற்கு வந்த சென்னை பாலுமகேந்திரா நூலகத்தைச் சார்ந்தவர்கள் ஒரு புலனம் வாட்ஸ் அப் குரூப் ஆரம்பித்திருந்தார்கள். அவர்கள் அறிமுகமான பின் குருவையும் அதில் சேர்த்துக்கொள்வதாகச் சொன்னார்கள். தமிழ்நாட்டுக்காரர்களை அதில் இணைப்பதாகச் சொன்னார்கள். கிருஷ்ணபிரபு அவர்களுக்கு அவன் நடத்தும் தேடல் இதழினைக் கொடுத்தபோது அறிமுகமானார்கள். அந்தக் குழுவைச்சார்ந்த நாலைந்து பேர் 18 ஜீன் தெரு முனையொன்றில் இரவில் உட்கார்ந்து பீர் குடித்துக்கொண்டிருந்தபோது குருவும் ரகுவரனும் கிருஷ்ணபிரபுவும் சேர்ந்துகொண்டார்கள். வாகனங்கள் குறைந்த நேரம். தெரு விளக்குகள் துணையாக இருந்தன.

"இன்னிக்கு என் சப்ளைதா."

"எங்ககிட்ட கையிலெ பாட்டில் இருக்குதே. போதும். உங்க கூட இருக்கறத தோழர்களுக்கு சப்ளை பண்ணுங்க தோழர் . உங்க ரோகிணி வருசாவருசம் கோவா விழாவுக்கு வந்துர்ராங்க."

"அவங்க நல்ல நடிகை."

“அவங்க நடிச்ச மலையாளப்படம் ஒண்ணு இந்த தடவையிருக்கு. அதுக்காக வந்திருக்காங்க ரகுவரன்.”

“நல்ல நடிகை. உங்க பாலு மகேந்திரா குடிப்பாரா.”

“தெரியலே ரகுவரன்... நடிகர் ரகுவரன் குடிச்சுக் குடிச்சுக் குடல் காணாமெப் போயி ஒரு சப்பாத்தியெ தொண்டையிலெ முழுங்கனா அது அப்படியே வெளியில் வர்ற மாதிரி கடைசியில் ஆயிருச்சு... செத்துட்டார்.”

“அதெக்கெல்லா முந்தியே ரோகிணி டைவர்ஸ் பண்ணிட்டாங்களே.”

“தப்புச்சிட்டாங்க... நல்லது...”

“நான் என்னோட புத்தகங்களெ பாலுமகேந்திரா நூலகத்துக்கு அனுப்புவன் முகவரி குடுங்க.”

“அனுப்புங்க கிருஷ்ணபிரபு. எங்க தலெ அஜயன்பாலா சந்தோசப்படுவார்... அவர்தா நூலகத்துக்கு ஹெட்.”

“என் நாவல்க ரெண்டை பாலுமகேந்திரா அவர் காலத்திலெ உதவி இயக்குனர்கிட்ட குடுத்து ஸ்கிரிப்ட் பண்ணுனதா தகவல் சொன்னார் ஒரு தரம். அப்பொ கோயமுத்தூர் ஒலம்பஸ்லே இருக்கற ஆஸ்பத்திரியிலெ ஆயுர்வைத்யம் பாக்க வந்து ஒரு மாசம் தங்கி இருந்தார்.”

“ஆமா பக்கவாதம் மாதிரி ஒரு தரம் வந்தப்போ அங்க வந்து வைத்யம் பார்த்தார்.”

“உங்க தலெ அஜயன்பாலா எப்பத்தா படம் எடுப்பார். இத்தனை வருசம் மத்தவனுகளுக்காக எழுதிக்குடுத்து, உழைப்பைக் குடுத்து அவர் வாழ்க்கை வீணாயிருச்சு.”

“அதுக்கு ஒரு மச்சம் கரெக்டான எடத்திலெ வேணும். இந்தத் திருப்பூர்க்காரங்களுக்கு அந்த மச்சம் சரியா இருக்கு.”

“இந்த குருவுக்குச் சொல்றீங்களா... ஆசையெக் கிளப்பி வுடறீங்களா”

“இல்லெ முந்தியெ ஜெயிச்சா பசங்களப் பத்திச் சொல்றன். முண்டாசுப்பட்டின்னு ஒரு சாதாரண வெகுளித்தனமான காமடி படம் எடுத்த ராம் குமார் எங்கியோ போயிட்டார். ராட்சசன் பெரிய ஹிட்... ரவிக்குமார் இன்று நேற்று நாளைன்னு ஒரு ஹிட் குடுத்தார். இப்போ சிவகார்த்திகேயனை வெச்சுப் படமெடுத்திட்டு ரெண்டு வருசமா இழுத்துட்டு நிக்குது. சரவணன்னு ஒரு சின்ன பையன் மரகத நாணயம்ன்னு ஒரு சாதாரண ஹிட். இவங்களெத்தவிர பத்துப்பேர் முந்தியே டைரக்டரா அந்த ஊர்லே வந்திருக்காங்க. ஆனா காணாமப் போயிட்டாங்க. எங்க சித்தப்பா கூட அந்த ஊர்க்காரங்க எடுத்த ஆகாயத்தாமரைகள் படத்திலெ ஒரு சின்ன வேசத்திலெ நடிச்சிருப்பார். யுவராஜ் புரடக்சன்னு ஒரு கம்பனி எடுத்தது. அவங்க அதுக்கப்புறம் படம் எடுத்த மாதிரி தெரியலே. பைடர்பிலிம்ஸ்ன்னு ஒரு கம்பனி கூட ஆதிகாலத்திலெ படம் எடுத்தாங்க. இன்னிக்கும் கூட பனியன் காசுலெ படம் எடுக்க வந்துட்டுப் போற அந்த ஊர்க்காரங்க அப்பப்போ தெரியறாங்க. அந்த ஊர்க்காரர் ஜெகந்நாதன்னு ஒரு மெகா டைரக்டர் எம்.ஜி.ஆர்., சிவாஜி, ரஜினி எல்லார்த்தையும் வச்சுப் படம் எடுத்திருக்கார்.”

“அந்த ஜெகந்நாதன் அவரோட கடைசிக் காலத்திலே தமிழ்த்தாத்தா உ.வே.சாமிநாதையர் பத்திப் பெரிசா ஒரு டாக்குமெண்டரி எடுத்தார். எம்ஜிஆர், சிவாஜி, ரஜினி எல்லார்த்தையும் மீறி தமிழ்த்தாத்தா இன்னிக்கும் நிக்கறார்.”

“ஒருத்தர் ஜேகே ரசிகர். மலையாளப் படமெல்லா எடுத்தார். கபினி நதி சிவந்த போழ்ன்னு... சின்ன ராமலிங்கம்ன்னு பேரு. வண்ண நிலவனோட மயான காண்டம் படம் புரடியூஸ் பண்றதா சொல்லிட்டிருந்தார். பண்ண முயற்சி செஞ்சார்... அதுக்கு முயற்சி பண்ணுன புவியரசு திருப்பூர்க்காரங்களே இப்பிடித்தாம்பார்.”

“அது என்ன பிட் படமா டேய்... தோழர்கள் யாராச்சும் கேட்டா உதைக்க வந்துருவாங்க. புரட்சிகரப் படம்டா. செல்வராஜ்ன்னு ஒருத்தர் மக்களாட்சியெல்லாம் எடுத்தார்.

காணாப் போயிட்டார். அந்தக் காலத்திலெ மோகமுள் டிஸ்டிரிபுயூட் எடுத்த கணேசன் கூட காணோம்."

"அம்பதாயிரம் கோடி ரூபா அன்னியச் செலாவணிப் பணம் பொழங்கற ஊர். நெறைய காசு வெச்சிருப்பாங்க."

"ஆனா பெரிசா படமெடுக்கவெல்லா வரமாட்டாங்க. லாபம் சம்பாதிச்சதெ மறுபடியும் பனியன் தொழில்லே போடுவாங்க. அஞ்சு வருசமா ஒரு லட்சம் கோடி ரூபா அன்னியச் அன்னியச் செலாவணின்னு சொல்லிட்டே இருந்தாங்க. இப்போ ஊத்திக் கிச்சு அது ஜி எஸ் டி பிரச்சினைன்னு."

"ஊத்திக்கிச்சுன்னு சொல்லிட்டு சரக்கெ கீழே ஊத்திக் காமிக்கறே ரகுவரன்."

"டெமான்ஸ்டிரேட் பண்ணிக் காமிச்சேன்."

"ஆமா இப்பிடித் தெரு மொனையிலெ ஆலமரத்தடியிலெ இருட்டிலே உட்காந்து தண்ணி அடிக்கலாமா. தப்பா... செரியா கோவா போலீஸ் நடைமுறையெல்லா தெரியலையே."

"எந்த ஊரா இருந்தாலும் வெளியே உட்காந்து தண்ணி அடிக்கக் கூடாதுதா."

"அதெயெல்லா மீறதுதா தமிழனின் குணம்."

"செரி ரகு தமிழா... வேறெ என்னென்ன இங்க மீறியிருக்கெ"

"சொல்லட்டுமா?"

"சொல்லு!"

"கோவாவுல இதெல்லாம் தப்பித் தவறிக்கூட செஞ்சிடக் கூடாதுப்பா பாத்துக்கோங்க புள்ளிங்கோஸ்ன்னு சொல்றதுக்கு பத்து இருக்கு... பத்துக்கட்டளைகள் நான் எல்லாத்தையும் மீறிப்பாத்திருக்கன்."

"சார் சார் ன்னு, உங்கள் பின்னாடியே வந்து. சில சமயங்களில் உங்கள பிடித்து இழுத்து, வாங்க வாங்கன்னு டாக்சிக்காரங்க தொடர்ந்து வருவாங்க நம்பாதீர்கள். அவர்கள் உங்களிடமிருந்து அதிகம் பணம் வசூல் செய்யும் நோக்கில் தொடரலாம். அதே

நேரம் அரசு அனுமதியோட வரைமுறைக்கு உட்பட்டு மீட்டர் எல்லாம் பொருத்தி குறிப்பிட்ட கட்டணம் வசூலிக்கும் ரிக்ஸா, ஆட்டோக்களில் தாராளமாகப் பயணிக்கலாம். டாக்சி புடிச்சு கையிலிருந்த காசெல்லாம் வுட்டிருக்கன். இதுதான் பேசினம் குடுன்னு ரகளை பண்ணியிருக்காங்க. பிரிபேய்டு டாக்சிக, பைக்குகள், சைக்கிள்கள் கோவாவின் தெரு ஓரங்களில் கிடைக்கும் சுலபமா. ரூட் தெரியாதா.... அட இருக்கவே இருக்கு கூகுள் மேப்பு."

"கோவா கடற்கரைகள்லே. குப்பை போடக் கூடாது."

"இந்தியாவில் பிறந்து விட்டு குப்பை போடக் கூடாது என்றால் என்ன அர்த்தம். அட ஆமாங்க இந்தியர்களின் அன்றாட பிரச்சனைகளில் ஒண்ணுன்னா அது குப்பைதான்... எனவே நீங்கள் கண்ட இடங்களில் போடக்கூடாது. போட்டு நான் மாட்டியிருக்கன்."

"நம்ம பசங்களுக்கு ஒரு பழக்கம் இருக்கு. யார்னு தெரியாட்டியும் மொபைல கொண்டு முன்ன போயி நின்னுடுறது... தூரத்துல நின்னு அவங்களப் புகைப்படம் எடுக்குறது. இப்டி முன்ன பின்ன தெரியாத ஆட்களிடம் புகைப்படம் எடுக்கவோ, அவர்களை பின்தொடரவோ செய்தால் உங்களுக்குப் பின்விளைவுகள் செமத்தையாகக் கிடைக்கும். அனுமதி இன்றிப் புகைப்படம் எடுப்பது மிகவும் தவறு."

"கோவா பெண்கள் அழகானவங்க... மூன்றாம் நபரை முக்கியமாக பெண்களை வெறித்துப் பார்த்தல் மிகவும் தவறான மற்றும் தண்டனைக்குரிய குற்றம் ஆகும். பெண்ணைப் பார்ப்பதால் என்ன ஆகிவிடப் போகிறது என்றும், நா சும்மா தான் பார்த்தேன் என்றும் கூறித் தப்பிவிடலாம் என்று தப்புக் கணக்குப் போடக்கூடாது. பெண்ணைத் தொடுவது, வற்புறுத்துவது மட்டும் சீண்டல் அல்ல. அவருக்கு அருவருக்கத் தக்க வகையில் அசைவுகள் செய்வது, அவர்களை வெறித்துப் பார்ப்பதும்கூட பாலியல் சீண்டல்தான். உங்களைக் காவல் துறையில் ஒப்படைத்து அதற்குத் தண்டனை வாங்கித் தரவும் இயலும்."

“ஆடையில்லாமல் போறது... கோவா ஆடையில்லாமெ போற கடற்கரை உண்டு.”

கோவாவில் ஆடையின்றி சுற்றுலாப் பயணிகள் இருக்கிறார்கள் அங்கு சென்றால் மகிழ்ச்சியாக இருக்கலாம். குதூகலிக்கலாம் எனத் தவறான பல தகவல்கள் இணையதளங்களில் உலாவி வருகின்றன. அவை மட்டும் இல்லாமல் வெளிநாட்டுப் பயணிகள் இங்கு சுதந்திரமாக உல்லாசமாகச் சுற்ற ஆடையற்ற நிலையில் யாரும் நுழையாத வகையிலான கடற்கரைகளைத் தேடுகிறார்கள் எனவும், அவர்களை ஏமாற்றிப் பணம் பறிக்கும் கும்பல், தற்காலிகமான பீச்சுகளை அமைத்து அதற்கு நுழைவுக் கட்டணம் வசூலிப்பதாகவும் செய்திகள் பரவின. அவை உண்மை இல்லை எனவும் யாரும் அப்படிச் செய்தால் கடுமையான நடவடிக்கை எடுக்கப்படும்.

எனவே நீங்கள் கோவாவை அனுபவிக்கிறேன் எனும் போர்வையில் அரைகுறை ஆடைகள், மேலாடை இன்றிப் பொது வெளியிலோ, கடற்கரைகளிலோ இருப்பது தவறு. நீங்கள் வெளிநாடுகளில் இருப்பது போன்று வெளிநாட்டவர்கள் இருக்கும் கடற்கரைகள் சிலவற்றைப் பார்க்கலாம். ஆனால் பொது மக்கள் அமைதிக்கு பங்கம் வர நேரிட்டால் அரசு நடவடிக்கைகள் உங்கள் மேல் பாயும். எனவே அமைதியாக கண்ணியமான முறையில் கோவாவில் நடந்துகொள்வது முக்கியம்.

“தண்ணியெப் போட்டுட்டு ராத்திரியெ ரசிக்கறம்ம்னு போகாதீங்க.சில இடங்களில் இரவு நேரங்களில் தனிமையில் செல்வதைத் தவிருங்கள். மாநிலக் காவல்துறை உங்களின் பாதுகாப்புக்கு இருக்கும் என்றாலும், நம் உடைமைகளைக் கவனமாகப் பாதுகாத்தால் அவர்களின் உதவியை நாட வேண்டிய அவசியம் இருக்காது.”

கோவா சூரிய உதயம் பாக்கறன். மூச்சுப் பயிற்சின்னு தாறுமாறா அலையக்கூடாது. முறையான பயிற்சி இல்லாமல் சாகசம் செய்கிறேன் பேர்வழி என்று எதையாவது முயன்று மூக்கில் செம்மயாக வாங்கிக்கொள்ளாதீர்கள். கடற்கரையில்

அலைச் சறுக்கு, வானில் பறத்தல் என எல்லா சாகசங்களும் முறையான பயிற்சி பெற்றுச் செய்யப்படுபவை என்பதை மனதில் கொள்க.

அளவுக்கதிகமா குடிச்சி வீழ்றது கோவா என்றாலே சந்தோசம், உற்சாகம், நண்பர்களுடன் பார்ட்டி என மகிழ்ச்சி கரை புரண்டு ஓடும் என்பது சக இளைஞர்களும் புரிந்துகொள்ளக் கூடியதுதான். அதற்காக அளவற்று குடித்து நடுரோட்டில் விழுந்து கிடப்பது போன்றவை உங்களுக்கு மிக ஆபத்தாக முடியலாம். உங்களின் விலைமதிப்பற்ற உடைமைகள் திருடு போக வாய்ப்பு அதிகம்.

மின்னல் வேகத்தில் பறப்பது. கோவா சாலை நல்லாத்தா இருக்கும்

சொந்த வாகனத்திலோ அல்லது வாடகை வண்டிகளிலோ மின்னல் வேகத்தில் பறப்பது, ஸ்டன்ட் செய்வது உங்களின் உயிருக்கு மட்டும் இல்லாமல் மற்ற சுற்றுலாப் பயணிகளுக்கும் ஆபத்தாக முடிய வாய்ப்பிருக்கிறது. அதனால் மித வேகம் மிக நன்று.

“இதெல்லா எப்பிடித் தெரிஞ்சுது ரகு?”

“கூகுள் கடவுள்தா சொன்னார். கடவுள் சொன்னதே கேக்கலெ. ஆனா இதையல்லா செஞ்சு நல்லா மாட்டியிருக்கன்... கஷ்டப்பட்டிருக்கன்... போலீசுக்கு லஞ்சம்குடுத்து தப்பிச்சிருக்கன். நீங்களும் ஜாக்கிரதை இருங்க.”

“ஃபெஸ்டிவல் முடிஞ்சு மூணு நாள் ஊர் சுத்தப் போறம். ஆனா ரொம்ப ஜாக்கிரதையா இருக்க இது யூஸ் ஆகும். எல்லார்த்துகிட்டையும் காசு கரஞ்சு போச்சு. தேங்க்ஸ் ரகு. உங்களுக்கும் கூகுள் கடவுளுக்கும்.”

“எங்கிட்ட எப்பவோ கரஞ்சிருச்சு பாஸ்.”

“குரு... பனியன்கம்பனிக்காரங்களுக்கு என்ன கஷ்டம்”

“நான் ஓனர் இல்லெ. சாதாரண லேபர்.

“அட.... சந்தோசப்படுவாங்க எங்க ஆசான் பாலுமகேந்திராவும் தல அஜயன் பாலாவும் உங்களெப்பாத்தா சந்தோசப்படுவாங்க. சாதாரணவங்களும் நல்ல சினிமா பாக்கணும், நல்ல சினிமாவெ உலகப் படமாப் பாக்கணும்ன்னு ஆசைப்படுறவங்க அவங்க.”

“எல்லாரும் அவங்க மாதிரியே ஆசப்படுவோம். சபையெக் கலைக்கலாம். கோவா போலீசுக்கு ஜூட் வுடலாம். ஆமா பாஸ் பத்து பாயிண்டுனு சொன்னே அஞ்சு ஆறுதா வந்திருக்கு.”

“நான் என்ன யேசுநாதரா. பத்துக் கட்டளைன்னு செரியா சொல்றதுக்கு. கொஞ்சம் கூடும் கொறையும்.”

“பாஸ் அடுத்த சபை எங்க கூடறது.”

“அது பின்னர் தீர்மானிக்கப்படும் தோழர்களே... சபையைக் கலைக்கலாம் தோழர்களே. எந்தக் கைகலப்பும் வாய்ச்சண்டையும் இன்றி சபையை நடத்தியதற்கு அனைவருக்கும் நன்றி. சுக்ரியா. தன்யவாத். நமஸ்காரம். கொங்கணியிலெ என்னப்பா.”

15

“நீ வாங்குனது மைக்ரோ வட்டியா, மீட்டர் வட்டியா.”

“தெரியலே.”

“என்னதுலெ வட்டி வாங்குன்னு கூடத் தெரியலேயா.”

“வாங்குனன்.”

“இதுலெ ஸ்பீடு வட்டியா. என்ன வட்டின்னு தெரியாமெ காசு வாங்கித் தின்னுட்டிருக்கே.”

“திங்கள்கிழமைகளில் மாவட்ட ஆட்சியர் அலுவலகத்துல குறைதீர்க்கும் முகாமில் கந்துவட்டி கொடுமையால் பாதிக்கப்பட்ட நிலையில் புகார் தெரிவிக்கத் திட்டம் இருக்கா.”

“அதெல்லாம் இலீங்க. கட்டிருவன்.”

“வேலுச்சாமியைத் தெரியுமா.”

கந்துவட்டியின் உச்சகட்டமாக மார்க்சிஸ்ட் கம்யூனிஸ்ட் கட்சியின் ஊழியர் தோழர் வேலுச்சாமி படுகொலை, பள்ளிப்பாளையத்திலுள்ள ஒரு பெண் தொழிலாளி கந்து வட்டிக்கான தவணைத் தொகையைத் தனது மகளிடம்

கொடுத்து அனுப்பினார். பணத்தைப் பெற்றுக்கொண்ட கந்து வட்டிக் கும்பல் அந்த இளம்பெண்ணை பாலியல் பலாத்காரம் செய்து வீடியோவை இணையதளத்தில் வெளியிட்டது. மகளின் வாழ்வை சீரழித்து இணையதளத்தில் வெளியிட்ட பதிவை அகற்றும்படி மன்றாடிய தாய்க்காக காவல் நிலையத்தில் வாதாடி போராடி எப்.ஐ.ஆர் போடவைத்தவர்தான் வேலுச்சாமி. இதற்குப் பிறகு காவல் நிலையத்திலிருந்து மொபட்டில் வீட்டிற்குப் புறப்பட்டவரை வெறிகொண்டு வெட்டிச் சாய்த்தது கந்துவட்டிக் கும்பல். மைக்ரோ பைனான்ஸ் நிறுவனங்களில் கடன் பெறும் மகளிர் குழுவினர் வாரத்தின் முதல் நாளில் தங்களுக்கான தவணைத் தொகையினைச் செலுத்தவேண்டும்; இல்லாவிட்டால் கட்டாத உறுப்பினர்களின் வீட்டிற்கு மற்றவர்கள் சென்று தவணைத் தொகையை எப்படியாவது பெற்றுத்தர வேண்டும்; குழுக்கூட்டம் நடக்கும் நாட்களில் தவணைத் தொகையைச் செலுத்திட பெண்கள் படும்பாட்டைக் கேள்விப்பட்டிருந்தான்,

“காட்டூர் ராஜி, உடையார்பேட்டை சண்முகசுந்தரம், காலணி தையல்நாயகி இவங்களையெல்லாத் தெரியுமா.”

“தெரியுமே”

“மைக்ரோ பைனான்ஸ் விதின்னா என்னன்னு தெரிஞ்சுக்க”

அவன் முதுகில் பேசிக்கொண்டிருந்தவன் அடித்தான். ஆவென அலறினான் அவன்.

படுக்கையிலிருந்து எழுந்து உட்கார்ந்திருந்தான் குரு.

“என்னப்பா டக்குன்னு எந்திரிச்சு உட்காந்திட்டே. எந்தப் பொண்ணு உன் கனவிலெ வந்து மிரட்டி உட்கார வெச்சா.”

குரு பரபரவெனக் கண்களைத் தேய்த்துக்கொண்டான். அவனின் கழுத்திலும் அக்குளிலும் இருந்த வியர்வை சட்டையை ஒட்டிக் கொள்ளச் செய்தது. வீதியில் விர்ரென்ற சப்தத்துடன் வாகனங்கள் விரைந்துகொண்டிருந்த சப்தம் நாராசமாய் காதுகளை நிறைத்தது.

“என்ன சீக்கிரமே எந்திர்ச்சிட்டீங்களா...”

“இன்னம் தூங்கவே இல்லியே. நேரம் பாத்தியா... பனிரெண்டு மணி ஆகட்டுமுன்னு காத்திருந்து டிக்கெட் ஆன்லைன்லே புக் பண்ண ஆரம்பிச்சிருக்கேன்.”

“எனக்கும் சேத்துப் பண்ணீரூங்க. என்னோட அய்டி, பாஸ்வேர்டு உங்ககிட்ட இருக்கே...”

“பிச்சை எடுத்தானாம் பெருமாளு. புடிங்கித்தின்னானாமா அனுமாரு. எனக்கே புக்கிங் கெடைக்கமாட்டீங்குதாமா. இதிலெ உங்களுக்குப் பண்றதா... எல்லாரும் இதுக்காகவே முழிச்சிட்டிருந்துட்டு புக் பண்றாங்க போல. கெடைக்கவே மாட்டீங்குது. வந்திருக்கிற யூத்லே ஹைலி குவாலிபைடுன்னு பெரிய கம்ப்யூட்டர் கூட்டமே இருக்கு. அதிலெ பிலிம் இன்ஸ்டியூட் ஸ்டூடண்ட் வேறெ. எல்லாரும் டிரை பண்ணுவாங்க போல இருக்கு. கெடைக்கே மாட்டீங்குது. ஆன்லைன் புக்கிங் இவ்வளவு சிரமமாயிருச்சு.”

“என்ன படத்துக்கு?”

“பர்ஸ்ட் லவ்வுன்னு ஒரு படம். ஜப்பான் படம். நிறைய ரேட்டிங் குடுத்திருக்காங்க பத்திரிகையிலெ. அப்புறம் தி ஸ்லீடுன்னு ஒரு மங்கோலியன் படம். டிரை பண்ணறன். கெடச்சா சொல்றேன்.”

“எதுக்கு இப்பிடி ஒரு கனவு வந்துச்சோ...”

முனகிக்கொண்டே விஸ்வம் முகம்தெரியாத பக்கத்தில் தன் முகத்தைத் திருப்பிக்கொண்டு படுக்க ஆரம்பித்தான் குரு. இதுவரை அவன் வட்டிக்குப் பணம் வாங்கியதில்லை. அம்மா அவசரச் செலவு என்று வருகிறபோது வட்டிக்காரனிடம் கெஞ்சுவதைப் பார்த்திருக்கிறாள். அக்கா வீட்டு விசேசங்களுக்கு வேறு வகையில் அவளால் பணம் திரட்ட முடியாதபோது வட்டிக்குப் பணம் வாங்குவது செய்வாள். கோவா திரைப்பட விழாவுக்குப் போக அப்படித்தான் முதல் முறையாக அவன் பணம் வாங்கினான்.

“எதுக்குடா?”

“திரைப்பட விழாம்மா.”

“என்ன எழவோ...”

“நீங்க திருப்பதி போக கடன் வாங்கறீங்க. அது மாதிரிதா.”

“திருப்பதியும் அந்த எழவு ஊர் கோவாவும் ஒண்ணாகுமாடா.”

“உங்களுக்குத் திருப்பதி. எங்களுக்கு வேற இருக்காதா.”

“ஏதோ ஒண்ணு கர்மம். அந்தூர்லே நடக்கறதெ சினிமாவெல்லாம் காட்டறாங்களே. குடியும் கும்மாளம்ன்னு. அங்க போக வட்டிக்குக் காசு வாங்கற.”

“ஆசப்பட்டுப் போறம்மா...”

பெரும்பாலும் ஒன்பது மணிக்காட்சியையும் எதற்குத் தவற விடுவது என்று போய்விடுவான் குரு. பக்கத்து அறை எபினேசர் தம்பதிகள் மாலை நான்கு மணிக்காட்சிக்குப் பிறகு அறைக்கு வந்துவிடுவார்கள். போதும். பொன்னே வெச்சுக்குடுத்தாலும் ராத்திரிப்படமெல்லா வேண்டாம் என்பார். நல்லாத் தூங்கணும். நாளைக்கு என்ன படத்துக்கு புக் பண்ணணும்னு படிச்சுப் பாக்கணும். படத்தோட கதை என்னன்னு படிக்கணும். பல சமயங்களே கதை சுமாரா இருக்கும். படம் பிரமாதமா இருக்கும். வைஸ் வெர்சா. ஏமாந்திரக்கூடாது என்பார் எபினேசர்.

ஒன்பது மணிக்காட்சிக்குப் போய்விட்டால் பத்தரைக்குப் பிறகே படம் முடியும். பெரிய படமென்றால் பனிரெண்டு கூட சில நேரங்களில் ஆகிவிடலாம். இரவில் சாப்பாடு பெரிய பிரச்சினையாகப் பல சமயங்களில் ஆகிவிட்டிருக்கிறது. உணவு விடுதிகளை மூடிவிடுகிறார்கள். இரண்டு தினங்கள் பசியோடு தூங்கியிருக்கிறான். வந்த முதல் நாள் இரவு எல்லோரும் சேர்ந்து சேரே பஞ்சாபி ஓட்டலுக்குப் போலாம் நாளை முதல் படம் பார்க்கப் போய்விட்டால் இப்படிக் கூடுவது கஷ்டம். அபூர்வம் என்றார் சூசன். கொஞ்சம் செலவு ஆகும். ஒரு நாள்தானே என்றார். சற்று பயமாகத்தான் இருந்தது. சேரே பஞ்சாபி ஓட்டல் என்பதுதான் அவர்கள் தங்கியிருந்த அந்த விடுதியின் அடையாளமாக இருக்கும். வழி தவறிவிட்டால்

சேரே பஞ்சாபி ஓட்டல் என்று கேட்டு வந்து விடவும் என்றும் சொன்னார். மட்டன் பிரியாணி மட்டும் சாப்பிட்ட பின் வந்த பில் அதிர்ச்சி அளித்தது... இருநூற்று அம்பது ரூபாய் என்று வந்தது.

வருகிறபோது குருவும் தயாராக நான்கு வேளைக்கென்று வீட்டிலிருந்து சப்பாத்தி, இட்லி கொண்டு வந்திருந்தான். மற்றவர்களும் விதவிதமாய் சமைத்துக்கொண்டு வந்திருந்தார்கள். இன்னும் நாலு சப்பாத்திகள் இருந்தன. அதைச் சாப்பிடலாம் என்று தப்பித்திருந்தால் இந்த இருநூற்று அம்பது ரூபாய் பில் தேவையானதாக இருந்திருக்காது. தன் நிலைமையும் சூசனுக்குத் தெரியாதே. சிக்கனமாகத்தான் இருக்க வேண்டும். சின்ன ஓட்டலாகப் பார்த்துதான் போகவேண்டும். பந்தாவுக்காக மற்றவர்களுடன் சேர்ந்து போய்விடக்கூடாது என்று முடிவெடுத்திருந்தான்.

இரவில் தாமதமாகிறபோது சேரே பஞ்சாபி சேரே பஞ்சாபி என்று முணுமுணுத்துக்கொண்டே நடப்பான். இடம் மாறி விடக்கூடாது. நாலைந்து வளைவுகள். அதிக நடமாட்டம் இல்லாத இடங்கள். ஜூன் 18 என்ற தெரு இடையில் இருப்பது ஞாபகம் இருந்தது. ஜூலை 18 என்ற தெருவும் இருப்பதாகச் சூசன் சொன்னார். அந்த வீதியில் திரும்பி வரும்போது பயமாகத்தான் இருந்தது தனியே நடமாட. தன் தூக்கத்தில் அந்த வெறுமையான வீதி கனவில் வந்து கெடுத்துவிடும் என்று நினைத்தான். ஆனால் வட்டிக்காரன் கனவில் வந்து விட்டான்.

அந்த வீதியில் இருந்த ரிபப்ளிகன் விடுதிக்கு பிரான்சிஸ் தனியே இரண்டு தினங்களுக்குப் பின் மாறிச் சென்றுவிட்டார். ஆயிரத்து எட்நூறு ரூபாய் வாடகை. இருவர் தங்கலாம். வாடகை அதிகம் என்று மற்றவர்கள் பழைய இடத்திலேயே இருந்துவிட்டார்கள். அவர் தனியாளாகவே இருந்தார். ஏகாந்தத்தில் மிதப்பது போல் பிறர் பேசும்போது பார்த்துக்கொண்டிருப்பார். அவரிடம் நல்ல படங்கள் பட்டியல் கேட்ட ஒருமுறை எதுவும் பேசவில்லை. அதன்பின் அவரைப் பார்த்தால் குருவும் ஒதுங்கிக்கொண்டான்,

யாரிடமும் அதிகம் பேசுவதில்லை. விமர்சகர் என்று பலரும் ஒதுங்கினார்கள்.

மீடியா செண்டருக்குள் ஒரு நாள் நுழைந்தபோது பத்துப் பேர் வரிசை தேநீர். குருவும் சென்று நின்றுகொண்டான். நல்ல சுவையான சூடான தேனீர் கிடைத்தது. அதன்பின் காலையிலும் மாலையிலும் இரண்டு தெரு தள்ளி இருபது ரூபாய் தேனீர்க் கடைக்குச் செல்லாமல் மீடியா செண்டருக்குள் புகுந்துவிட்டான். அவன் கழுத்தில் தொங்கிய அடையாள அட்டையைப் பிறர் பார்க்க இயலாத வண்ணம் திருப்பி விட்டுக்கொள்வான். தினமும் நாற்பதோ, அறுபதோ இதனால் செலவு மிச்சம். ஒருநாள் ஒரு பத்திரிகையாளருக்குப் பிறந்த நாள் என்று கேக் வெட்டினார்கள். பெரிய சமோசா ஒன்றும் சிப்ஸ் ஒரு கையளவும் தந்தார்கள். அது அன்றைய இரவு சாப்பாட்டிற்கானது. மீடியா டெலிகேட்டா என்று யாராவது கேட்காதவரைக்கும் இதைத் தொடரலாம் என்று நினைத்திருந்தான்.

இரவில் அறை அடைக்கப்பட்ட பின் வெளியே சென்று பார்த்ததில்லை. தூக்கம் விழித்த நிலையில் எதிரில் இருந்த அடைபட்ட கட்டிடங்கள் தெரிந்தன. தினமும் கண்ணில் தென்படுவதுதான். ப வடிவில் இருக்கும் கட்டிடங்களுக்கு மத்தியில் வண்டிகளை நிறுத்த இடைவெளியிலான இடம்.

இடதுபுறம் சென்றால் அறையைத் திறந்து மூடப்பட்டிருக்கும் அறைகளைப் பார்க்கலாம். கிழக்குப்பக்கம் தெரு தென்படும். குரு கதவைத் திறந்து வெளியே வந்தான்.

“எங்க போனாலும் சீக்கிரம் வந்திரு. நான் காத்திருக்க முடியாது. சீக்கிரம் தூங்கப் போவன் குரு.”

“செரி. வெளியிலதான் நிப்பேன்.”

கிழக்குப்பக்கம் இருந்த கண்ணாடிச் சுவர்களுக்கு அருகில் மரிய மிராண்டாவின் மீன் விற்கும் பெண் ஓவியம் தென்பட்டது. இந்த ஊர்க்காரர் என்பதால் மரிய மிராண்டாவை இவர்கள்

கொண்டாடுவது நல்ல விசயம் என நினைத்தான். கிழக்குப்பக்க சாலை ஆள் நடமாட்டமும் வாகனங்களின் இயக்கமும் இல்லாமல் வெறிச்சென்றிருந்தது. மரியமிராண்டா வரி ஓவியங்கள்தான் வரைந்திருப்பாரா. இதுபோன்ற காட்சிகளை ஓவியங்களாக வரைந்திருக்க மாட்டாரா.

சரேலென்று ஏதோ சப்தம் கிளம்பி ஓய்ந்தது. நாலைந்து அறைகளுக்கு அந்தப்புறம் கதவொன்றைத் திறந்து ஒரு பெண் மறைந்தாள். அது அவளின் அறைதானா. அல்லது வேறு யாரின் அறையா. ஏன் இவ்வளவு வேகம். அறை எண்ணை மனதில் கொள்ளவேண்டும். கிருஷ்ணபிரபு, கிருஷ் இருவருமே அதே தளத்தில்தான் இருக்கிறார்கள். அவர்களுக்கு இந்தச் செய்தியைக் கற்பனைகளுடன் சேர்த்துச் சொன்னால் நாளைக்குப் பேச விசயம் கிடைத்தது போலாகிவிடும். விடுதியாளரிடம் இது செய்தியாகப் போகுமா. யார் அறையில் யார் இருந்தால் என்ன. என்ற ரீதியில் பதில் வரக்கூடும். வரவேற்பறையில் இருக்கும் ஒருவன் வாயையும் மூக்கையும் ஏதோ தொற்று நோயிலிருந்து தன்னைக் காப்பாற்றிக்கொள்பவன் போல் முகமூடி அணிந்திருக்கிறான். அவன் நளினமாகத்தான் ஆங்கிலம் பேசுகிறான். அவனுக்கு உதவியாக இருக்கும் இன்னொருவன் முதல் நாள் அறைக்கு வந்து கொங்கணியில் ஏதோ பேச ஆரம்பித்தான். விஸ்வத்தைத் தொட கைகளை நீட்ட அவர் சற்று மிரட்சியுடனே விலகினார். அதற்கு அவன் கோபித்துக்கொண்டான். எரிச்சலாய் ஏதோ சொன்னான். நான் என்ன தீண்டத்தகாதவனா என்ற ரீதியில்தான் சொல்லியிருக்க வேண்டும் என்று நினைத்தான்... அறையைச் சுத்தம் செய்கிறானோ இல்லையோ அறையில் கிடக்கும் பயன்படுத்தப்பட்ட மது பாட்டில்களை எடுத்துச் செல்பவனாக இருந்தான். கிருஷ்ணபிரபுவின் இரண்டு அறைகள் தள்ளி பிவி பாலகிருஷ்ணன் என்ற மலையாள எழுத்தாளர் தங்கியிருந்தார். அவருடன் பலமுறை பேச கிருஷ்ணபிரபு முயன்றாலும் அவர் பிடிகொடாமல் நகர்ந்துவிடுபவராக இருந்தார். சக்காரியா வந்திருப்பதாக ஜூசன் சொன்னார்.

அவர் கவிஞரா, நாவலாசிரியரா. கேட்க நினைத்தான் குரு. ஆனால் சூசன் கோபித்துக்கொண்டால் நன்றாக இருக்காது என நினைத்தான்.

அவனின் அறை முகப்பிற்கு வந்தபின் சரேலென மறைந்து போன அப்பெண்ணின் முகம் மறுபடியும் நிச்சயம் தென்படும். காத்திருந்து பார்க்கலாம் என்பது போல் அறை முகப்பில் சாய்ந்துகொண்டு நின்றான்.

16

சாலையைக் கடந்து சென்றார்கள். மாண்டோவி நதி திரைப்பட விழாவின் ஆரவாரங்களை நிராகரித்து, தன் போக்கிலான சலனங்களை அலையடித்து காற்றுடன் சேர்ந்து காட்டிக்கொண்டிருந்தது. அங்கங்கே கப்பல்கள் விதவிதமான உருவங்களில் நின்றிருந்தன. வாது, படகு, சிங்கம் என்றபடி. காசினோ கப்பல்களில் அபரிமிதமான மின்விளக்குகள் பளிச்சிட்டுக்கொண்டிருந்தன. திரைப்பட விழாவில் தென்படும் அதீத பூச்சுப் பெண்கள் போலிருந்தன.

“இந்தச் சாலை கடந்து வர்றதுக்கு ஒரு வாரம் ஆயிருச்சு. படம் பாக்கறது மெக்கானிக்கலாப் போயிருச்சு. அயன்னஸ் காம்ப்ளக்ஸ் வர்றது டிக்கட் புக் பண்றது மரத்தடியே உட்கார்ரது. கியூ நிக்கறது. தியேட்டருக்குள்ளே போறது. சாப்பாட்டுக்கு ஏதாச்சும் ஓட்டலுக்குப் போறது. கியூ நிக்கறது மறுபடியும் தியேட்டருக்குள்ள போறது ரூமுக்குப் போறது. இதுதான்னு ஆயிப்போச்சு. இந்தக் காசினோ கப்பல்களே வேடிக்கை பாக்கறது கூட சாலைக்கு அந்தப் பக்கம் இருந்துதான். இன்னிக்குத்தான் கடந்து வந்திருக்கம். இன்னிக்கு இன்னம் அடுத்த ஷோவுக்கு ஒரு மணி நேரம் இருக்கு. ஒரு குவிஸ் வெச்சுக்கலாமா.”

எதிரெதிர் சிமெண்ட் பெஞ்சுகளில் உட்கார்ந்துகொண்டார்கள். காற்று மெல்ல அலையாகத் திரண்டு வலது பக்கம் இருந்த திரைப்பட விழா கண்காட்சிக்குப் பக்கமாக விரைந்து சென்றது.

"குவிஸ் கால் மணி நேரத்திலெ முடிச்சிர்லாம். சாப்பாட்டுக்குப் போகவேண்டியிருக்குமே."

"யாரு நடத்தறது."

"எழுத்தாளர்தா... கிருஷ்ணபிரபு. மார்க் நோட் பண்றது பத்திரிகையாளர் கிருஷ்."

"என்னைப் பத்திரிகையாளர்ன்னு சொல்றதே ஆட்சேபிக்கறன். என்னையும் எழுத்தாளர்ன்னுதா சொல்லணும்."

"நீ என்ன கிரியேட்டிவ் ரைட்டரா கிருஷ். விளம்பரப் பத்திரிகையிலெ வேலை செய்யறவன்தானே. இதிலே எதுக்கு எழுத்தாளர் முத்திரை."

"நான் எது எழுதலே. இந்த ஃபெஸ்டிவலெப்பத்தி யார் எழுதறாங்களோ இல்லியோ எங்க வின்னர் பத்திரிகையிலே எழுதுவேன். எங்க வின்னருக்கு இது நாப்பதாவது வருசம். இப்போ விளம்பர யுகம். இந்த யுகத்தக் கணிச்சிட்டு விளம்பரங்கள் மூலமா பனியன் கம்பனிகளெ முன்னுக்குக் கொண்டுட்டு வந்தது எங்க வின்னர்."

"வின்னர் பெருமையை அப்புறம் வெச்சுக்கலாம். இப்போ சீக்கிரம் குவிஸ். அப்புறம் சீக்கிரமா சாப்பாடு."

"மொதல் கேள்வி ரத்னா தேவிக்கு. லேடிஸ் பர்ஸ்ட். முன்னுரிமை தர்லாம்."

"சத்யஜித்ரே, பெர்க்மன், கியாஸ் அபாரஸ்தமி, தார்க்கோவிஸ்கி. இவங்களெப் பத்தி."

"சத்யஜித்ரே மட்டும் தெரியும். இந்தியாக்காரர். அதுவும் இங்க வந்த பிறகுதா தெரியும்..."

செரி... அடுத்த வருசம் இங்க ஹோமேஜ்லே யார் வருவாங்க.

இந்த வருசம், "போன வருசம் ஹோமேஜ்லே யார் படம் போட்டாங்க."

"ஹோமேஜ்லே போன வருசம் ஜெயலலிதா. இந்த வருசம் கலைஞர் கருணாநிதி... அடுத்த வருசம் விஜயகாந்தா இருக்கலாம்."

"விஜயகாந்துக்கு அந்தத் தகுதி இருக்கா. கொஞ்ச நாள் அவரெ இருக்க வுடுங்கப்பா. அரசியல்வாதின்னாலே முன்னுரிமை குடுத்திட்டீங்க போல."

"குருவுக்கு கருணாநிதி மேலே அபிமானம் இருக்கலாம் அதனாலே கலைஞர்ன்னு அடைமொழி சேத்துட்டார்."

"எங்கப்பா தி.மு.க.காரர். அதனாலே அபிமானம் வந்திருச்சு."

"அவங்க நடிச்ச படம் எது போட்டாங்க?"

"ஜெயலலிதாவுக்கு ஆயிரத்தில் ஒருவன்... கலைஞர் கருணாநிக்கு மலைக்கள்ளன்."

"மலைக்கள்ளன்லே என்ன விசேசம்?"

"அதுலே கலைஞர் கருணாநிதி கதை வசனம். எம்.ஜி.ஆர். ஹீரோ. கலைஞருக்குப் புடிச்ச பானுமதி ஹீரோயின்."

"கலைஞர்னா எல்லார்த்தையும்தா புடிக்கும்."

"சரி. வெளியே இருந்து கேள்வி அப்புறம். பொதுவான கேள்வி இது எல்லாரும் பதில் சொல்லணும். நேத்துக் காலையிலெ என்ன சாப்புட்டீங்க."

"நான் நாலஞ்சு நாளா பிரட் அண்ட் ஜாம் தா... செலவு கம்மி பண்றதுக்காக" என்றான் குரு.

நான் "பதாயோ". அல்லது "படோலியா" ஒரு இனிமையான ருசியான கோவா உணவு பேர் புதுசா என்னவோ", என்றாள் ரத்னா.

"புதுசா இருக்கு."

"புதுசு புதுசா சாப்புடுறதுதா புது ஊருக்குப் போனா செய்யறது."

“அது என்ன. சொல்லுங்கள் கூகுள் கடவுள் துணையோட”...

இது தேநீருடன் கூட உட்கொள்ளலாம். இது புளி இலைகளுடன் (ஹால்டி கா பட்டா) சிவப்பு அரிசியைப் பயன்படுத்துகிறது. தேங்காய், ஜோகேரி மற்றும் ஏலக்காய் நிரப்புதல் இலைகளுக்குள் வைக்கப்படுகின்றன (அவை அரிசி பேஸ்ட்டால் மூடப்பட்டிருந்தன), பின்னர் இலைகள் மடிந்து மூடப்பட்டு இருபது நிமிடங்கள் வேகவைக்கப்படுகின்றன. நல்ல ருசி இருக்கும்

“நான் மபுசா பிரட்.” என்றான் கிரிஷ்.

“நான் சாதா தோசை” என்றான் கிருஷ்ணபிரபு.

“நாளைக்கு டிக்கட் புக் பண்ணியிருக்கீங்க. என்ன படம்ன்னு சொல்லணும். கிரிஷ் இளையராஜா மாஸ்டர் நோட்ஸ் நிகழ்ச்சி” என்றான்.

“என்னவோ பண்ணியிருக்கோம் நியூஸ் லெட்டர் பாத்துதா சொல்லணும். இளையராஜாவைப் பத்தின டாக்குமெண்டர் படம்ன்னு நெனச்சேன் இளையராஜா மாஸ்டர் நோட்ஸ் நிகழ்ச்சிங்கறே.”

“அவர் நடத்துற இசைக் கச்சேரி. டைரக்டர் பாலா நடத்துறார்.”

“ஓடாத சில படங்களெ எடுத்தவர்தானே.”

தமிழ்லே ஓடாமெ இருக்கலாம். இந்தியிலெ பெரிய டைரக்டர்,

செரி மறுபடியும் க்விஸ்... யார் கூட செல்ஃபி எடுத்தீங்க.

“டைரகடர்ஸ், நடிகைகள், ஒத்த செருப்பு பார்த்தீபன், லட்சுமி ராமகிருஷ்ணா, ரோகிணி, மத்ததெல்லா பேர் தெரியாத வெளிநாட்டுக்காரங்க... அப்புறம் பாரம் படம் பிரியா மேடம்.”

“கோவா என்றவுடன் நம் நினைவுக்கு முதலில் வருவது எது”

“அழகான கடற்கரைகள், பப்கள், இரவு நேரக் கொண்டாட் டங்கள், பீர், குடில்கள், டாட்டூ பார்லர்கள், பார்ட்டி.”

“ஆண்டுக்கு ஒருமுறை நடத்தப்படும் மிகவும் வண்ணமயமான கோவா திருவிழா, எங்கே நடத்தப்படுகிறது?”

“பனாஜியில் நடத்தப்படுகிறது.”

“கோவா தலைநகர் எது?”

“பனாஜி”

“இது மாதிரி டாக்குமெண்டரிக்குன்னு இண்டர்நேசனல் டாக்குமெண்டரி ஃபெஸ்டிவல் வேற எங்க நடக்குது.”

டாக்குமெண்டரிக்குத் தனியா இண்டர்நேசனல் டாக்குமெண்டரி ஃபெஸ்டிவல் பாம்பே, “திருவனந்தபுரம்... பம்பாய்.”

“பாண்டிச்சேரியில கூட நடக்குது.”

“எங்க திருப்பூர்லே கனவு சார்பிலெ ஒரு நாள் டாக்குமெண்டரி ஃபெஸ்டிவல் அப்பப்போ நடக்குது.”

“சினிமா ஈஸ் மோஸ்ட் ப்ராடு திங்க் இன் தி வேர்ல்டு... இதைச் சொன்னது யாரு?”

“யார்ன்னு தெரியலே சூசன் ஒரு தரம் சொன்ன ஞாபகம்”

“ரி.நேத்துப் பாத்த படத்தோட கதை சொல்லணும் ஒவ்வொருத்தரும்”

“நேத்து சாப்புட்ட டிபன் என்னன்னே ஞாபகம் வரமாட்டேங்குது. இதிலே பாத்த படம்ன்னு கேட்டா சிரம்மதான். ஒவ்வொரு நாளும் அஞ்சு படம் பாத்து எல்லாமெ கொளம்பிக் கெடக்குது. ஜூட்...சாப்பாட்டுக்குப் போலாம். அவங்கவங்க் பட்ஜட்டுக்குப் புடிச்ச மாதிரி எடம் பாருங்க”

“சாலையைக் கடந்து இங்கே வந்து பேசிட்டம். இதே வரிசியிலெ பிலிம் ஃபெஸ்டிவலெ ஒட்டிக் கண்காட்சிக நடக்குதே. அதெ எல்லாரும் எப்பப் பாக்கறதாம்.”

“அதுக்கும் இதுமாதிரி நேரம் ஒதுக்கணும். கோவா லோக்கல் ஆளுக கூட்டம் வந்து இதெப் பாக்கறாங்க. நாம பாக்கவேணாமா?”

கலைந்து செல்லும்போது ரத்னாதேவியின் அருகில் சென்ற குரு கேட்டான்.

“மயில் இல்லாமெ தனியே படம் பாக்கறீங்க. தனியா இருக்கீங்க. நிழலா இருந்தார்.”

“ஆமா. பிரச்சினைகதா. ஊருக்குப் போலாமுன்னு பாத்தேன். கோயமுத்தூர் போக டிக்கட் போட்டிருக்கேன் டிரென்லே... மாத்தி முந்தியே போடக்கெடைக்கலே. அதுதா. குளோசிங் முடியவேண்டியிருக்கே... பாக்கலாம் குரு.”

17

கலாஅகாதமி திரையரங்கில் இருந்து பாதியில் வெளியேறி யிருந்தான் மயிலானந்தன். சற்றே கண் அயர்ந்திருந்த ரத்னாதேவி கண்விழித்துப் பார்த்துவிட்டு திடுக்கிட்டாள். அவனைக் காணவில்லை, இன்னும் பத்து நிமிடம் படத்தைத் தொடர்ந்து பார்த்தாள். அதற்கப்புறமும் அவன் தென்படவில்லை.

ஏசியின் உச்சமாய் குளிர் ஆக்கிரமித்திருந்தது. கலாஅகாதமி திரையரங்கில் பார்க்க படங்கள் பதிவு செய்வது சுலபமாக இருந்தது. பெரிய திரையரங்கம். நிறைய இருக்கைகள் சுலபமாக டிக்கெட் கிடைத்துவிடும். நல்ல புல்வெளி. விதவிதமான நவீன சிற்பங்கள் கற்களாலும் உலோகங்களாலும் வடிவமைக்கப்பட்டவை. கொஞ்சம் நகர்ந்து நூறு அடி போனால் மாண்டேவி நதிக்கரை. நிறைய பெஞ்சுகள் இருக்கும். உட்கார்ந்து தூரத்தில் நகரும் கப்பல்களின் இயக்கத்தைப் பார்க்கலாம். அவை சரக்குக் கப்பல்களா... இல்லை சுற்றுலாக் கப்பல்களா என்பது தெரிந்ததில்லை. நல்ல காற்று நுரையீரலை ஆசுவாசப்படுத்தும். தூரத்தில் தெரியும் தொங்கு பாலம், கலங்கரை விளக்கம் ஆகியவை மின் விளக்குகளோடு மிளிர்வது அவளுக்குப் பிடிக்கும்.

ரத்னாதேவி வெளியே வந்து புல்வெளியில் அவனைத் தேடினாள். பலர் செல்ஃபிகளைத் திரைப்பட விழா அலங்காரங்களுடன் முயன்றுகொண்டிருந்தார்கள். திரையிடல், சம்பந்தமான பெரும் பிளக்ஸுகள், திரைப்படக் கலைஞர்களின் உருவங்களுக்கு முன்னால் நின்று படம் எடுத்துக்கொண்டார்கள். அடுத்து வரும் நாட்களுக்கான பதிவுக்கான வரிசைக்கூட்டம் இருந்தது.

உணவு விடுதி மேசைகளிலும் அவன் தென்படவில்லை. அவனுடன் தேனீர் சாப்பிடலாம் என்ற எண்ணத்தைத் தவிர்த்து விட்டு மாண்டோவி நதிக்கரைப் பகுதிக்கு நகர்ந்தாள். மாலை நேரம் என்பதால் லேசான வெதுவெதுப்பான காற்றுக்கு மாறியிருந்தது. சுடு காற்றைப் பகல் நேரங்களில் குளிரை உணர்ந்து பயந்திருக்கிறாள்.

“என்ன இங்க உட்காந்திட்டே...”

“படம்... பாக்கச் சிரமமா இருந்துச்சு.”

“வெளிய வர்றதா இருந்தா சொல்லிட்டு வருவே.”

“சட்டுன்னு வந்துட்டேன். உட்கார முடியலே.”

அலையடித்து காற்று இன்னும் நகர்ந்து ஆசுவாசப்படுத்தியது. உடம்பின் வேர்வை குளிர்பட்டுக் கரைந்தது நீரில் போட்டு விட்ட உப்பு கரைந்துவிடுவதுபோல் ஆனது.

“இன்னம் பத்து நிமிசம் தா படம் இருக்கும். முடிஞ்சுகூட வந்திருக்கலாம்.”

“படம் புரிஞ்சதா.”

“புரிஞ்சது. எடையிலெ கொஞ்ச நேரம் கண் அசந்தேன். ஆனா படம் கதை தொடர்ச்சியாப் புரிஞ்சது.”

அவன் பேசாமல் நீர் அலைகளைப் பார்த்துக்கொண்டிருந்தான் அவை வெவ்வேறு சிறு ரூபங்களாய் மாறிக்கொண்டிருந்தன... மீனாய், தவளையாய், பாம்பாய்...

“ஏன் படம் புடிக்காமெப் போச்சு?”

அவன் நீர் அலைகளுக்குள் மீண்டும் அமிழ்ந்திருந்தான். அவற்றின் விதவிதமான ரூபங்களில் அமிழ்ந்திருக்க முயன்றான்.

“இந்தப் படத்தோட உன்னெ பொருத்திப் பார்க்க முடுஞ்சுதா?”

“ஏதோ நெதர்லாண்டு படம். இதிலே நான் எங்க வர்றான்.”

“நல்லா யோசிச்சா நீ இருக்கறது தெரியும்.”

“புரியலேயா...”

“ஒரு படிக்கிற பொண்ணு. செத்துப் போன அப்பா அம்மா. ஒருத்தன் அந்தப் பொண்ணெ தொடர்ச்சியா ஃபாலோ பண்றான். அனுதாபமா நட்பா புரியாமெப் பழகறான்.”

“ஆமா.”

“உதவி பண்றான் ஆறுதலா இருக்கான். கடைசியிலெ காரணம் சொல்றான். அவங்க அப்பா அம்மா சாவுக்குக் காரணமா இருந்திருக்கிறான். அவங்க ஆக்சிடெண்ட்லே செத்ததுக்கு அவன் தண்ணியடிச்சுட்டு வண்டியெ ஓட்டி மோதுன்னது ஒரு காரணம்... அது அவனெ உறுத்துது. அதனாலே அவன் அந்தப் பொண்ணு வெளியே போயி பிரச்சினையாகும்போது உதவுறான். துணையா ஒருமாதிரி ஃபாலோ பண்ணிட்டே இருக்கான்.”

“ஆமா... அதெல்லாம் தெரியுது.”

“அதுக்கப்புறமும் சொல்லணுமா.”

ரத்னாதேவியின் அக்காவின் கலப்பு மணம் காரணமாக எரிச்சலடைந்த எதிர் ஜாதிக்காரர்கள் ஆள் வைத்து ரத்னாதேவியின் அக்காவையும் அவள் காதல் கணவனையும் கொன்றுவிட்ட அதிர்ச்சி. தன் ஜாதியில் ஏற்பட்ட அவமானம். அதனால் தற்கொலை செய்துகொண்ட அப்பா அம்மா.

“அந்த எதிர் ஜாதி ஆளு நான். கொலை திட்டம் போட்டது நிறைவேற்றினதுலே நானும் ஒரு ஆள்.”

“உண்மையாத்தா சொல்றியா?”

“என்னமோ மறச்சு மறச்சுப் பாத்தேன். முடியலே. இன்னிக்குப் பாத்த அந்த நெதர்லெண்ட் படத்திலெ இதுமாதிரி வந்த விசயங்கள் என்னெ பாதிச்சிருச்சு,தாங்க முடியாமெ எந்திரிச்சு வந்தேன். இனியும் மனசிலெ வெச்சிட்டிருக்க முடியாத மாதிரி சொல்றேன். என்னை மன்னிச்சுடு.”

என்னவோ சாதாரணமா பழகறன்னு நெனச்சேன், “இதுக்குள்ள இப்படியொரு விசயமா. எப்பிடி இனி உன்கூடப் பேசுவன். உம் மொகத்தைப் பாப்பன்.”

“மன்னிச்சிடு.”

அலையடித்து நீர் விலகி விலகிச் சென்று கொண்டிருந்தது. மெல்ல இருட்டு பரவ ஆரம்பித்தது அவனின் முகம் இருட்டுள் அமிழ்ந்தது. தூரத்தில் நின்றுகொண்டிருந்த கப்பல்கள், கலங்கரை விளக்கம் ஆகியவை மின் கோடுகளாயும் புள்ளிகளாயும் மாறியிருந்தன. அவன் சட்டென எழுந்து விரைசலாகப் போய் விட்டான்.

“அய் நீட் டு நோ வேர் அய் லாஸ்ட்” என்று முணுமுணுத்துக் கொண்டாள் ரத்னா.

“ட்ரூத் ஈஸ் லாஸ்ட்.”

18

ரகீம் தன் முகத்தை எதிரிலிருந்த கண்ணாடியில் பார்த்துக் கொண்டான். விசித்திரமாகியிருந்தது. குழிவிழுந்தும் விகாரமாக்கியும் காட்டிக்கொண்டிருந்தது. இது எதற்கு இங்கே. குழந்தைகளுக்கு விசித்திரமாய் முகங்களைக்காட்டப் பயன்படும். மற்றபடி திரைத்துறையில் இது எப்படிப் பயன்படுகிறது. யாரிடமாவது கேட்க நினைத்தான் ரகீம்.

எல்லோரும் இந்தியில்தான் பேசுகிறார்கள். கொங்கணியில் பேசினால் கூட சகித்துக்கொள்ளலாம். ஏன் இந்திக்குத் தாவுகிறார்கள் என்று எபினேசர் பல சமயங்களில் கேட்டிருக்கிறார்.

பனாஜி பேருந்து நிலையத்தில் கொங்கணியிலும் இந்தியிலும் மாறி மாறிப் பேசுவதும் அழைப்பதும் அவருக்குப் பிடித்திருக்கிறது... அதுவும் அழைத்தபின் என் வண்டியில் ஏறு என்று சொல்கிற விதமாய் கட்டியணைத்துக் கொள்வது அவருக்குப் பிடித்திருந்தது

“காசு குடுத்தாக்கூட கட்டிப் புடிக்கறதுக்கு ஆளில்லெ. பஸ் ஸ்டேண்ட்லே இங்க இருக்காங்க” என்று சிரித்துக்கொண்டே சொன்னார்.

திரைப்பட விழாவின் ஐம்பதாம் ஆண்டை ஒட்டிய சிறப்புக் கண்காட்சி அரங்கம் வர்ண விளக்குகளால் அலங்கரிக்கப்பட்டு நீண்டுகொண்டிருந்தது. மாண்டோவி நதியின் காற்று அந்தப்புறம் அலைந்து குளுமையைக் கொண்டு வந்திருந்தது. காந்தி ராட்டை சுற்றுகிறார். அந்தத் திரைக்கு முன்னால் நின்றால் அவருக்கும் பின்னால் நிற்பது போலவும் பக்கம் நின்று சிரிப்பது போலவும் பல விதங்களில் திரையில் பிம்பங்கள் தோன்றின. அதனை செல்ஃபியாக பலர் எடுத்துக்கொண்டிருந்தார்கள்.

நீங்க வேண்ணா ரெண்டு பேரு தம்பதிகளா நில்லுங்க. படம் புடிக்கிறேன் எபினேசர் சார்,

“ஏன் உங்களுக்கு இஷ்டமில்லையா ரகீம். காந்தி உங்களுக்குத் தாத்தா இல்லையா, தேசப்பிதா இல்லையா . போன வருசம் தேசியகீதம் கட்டாயம்ன்னு வந்தப்போ ஒவ்வொரு நாளும் திரைப்பட விழாப் படங்கள் போடும்போது அஞ்சு ஆறு தடவெ தேசிய கீதத்துக்கு எந்திரிச்சு நிக்க வேண்டியிருந்தது ஞாபகம் வருது. சிலபேர் எதிர்ப்புத் தெரிவிக்கற மாதிரி உட்கார்ந்திட்டிருந்தாங்க.”

“அந்தச் சர்ச்சையை அப்புறம் வெச்சுக்கலாம் எபினேசர் சார், இப்போ போஸ் குடுங்க.”

“நடந்து நடந்து கால் வலிக்குது. எவ்வளவு ஸ்டால்கள். இந்தியத் திரைப்படங்களெப்பத்தி நல்ல தொகுப்பு.”

“தமிழுக்கு எடமில்லாமெப் பண்ணிட்டாங்க போல...”

“இல்லெ பாலச்சந்தர் மாதிரி சில பேர்த்த பத்திப் பாத்தன்.”

“பாலச்சந்தருக்குப் பிறகு நிறையப் பேர் வந்துட்டாங்களே...!”

அதுவும் அரசியலா இருக்கும், “சரி எங்க உங்களை ஆளைக் காணம் . ஒண்ணா வந்தோம். அதுக்கப்புறம் வேற லாட்ஜிக்குப் போனீங்க.”

“கோயமுத்தூர் மில் முதலாளி ஒருத்தர் வந்தார். பெரிய எடத்திலெ ரூம் போட்டார். அவர்கூட கொஞ்சம் இருந்தேன். இன்னிக்கு அவர் கௌம்பிட்டார். அதனாலே வேற லாட்ஜ்

பாக்கணும். உங்க லாட்ஜ்ல் ரூம் இருக்குதா."

"இருக்கலாம். அங்க கேட்டாதா தெரியும்."

"சிங்குளா யாராச்சுமிருக்காங்களா. சேந்துக்கலாம். வாடகை குறையும்."

"தெரியலே வந்து கேட்டுப் பாருங்க. நம்ம ஆளுக யாரும் சிங்குளா இருக்காங்களான்னு தெரியலே. இந்தப் படங்கள்லெ இந்தி ஆட்களெ விதவிதமாக் காட்டறாங்க. சவுத் இண்டியன்னா ஆகாது போல."

"அதுக்கு திருவனந்தபுரம் ஃபெஸ்டிவல்தா சரி. நல்லாத் தூக்கிப் புடிப்பாங்க."

"அடுத்த வருசம் இங்க வர்றதெத் தவிர்த்துட்டு அங்க போலாமுன்னு இருக்கேன் ரகீம்."

ரகீம் நான்கு குறும்படங்கள் எடுத்திருக்கிறார். பெரும்பாலும் அவர்களின் மத மார்க்கம் பற்றிய பெருமை பேசுபவை. ஒரு முஸ்லிம் எழுத்தாளரின் சிறுகதையை வைத்துக் குறும்படம் ஒன்றை எடுத்திருந்ததைக் கைபேசியில் காட்டினார்... சூசனின் படத்தில் இரண்டு காட்சிகளில் நடித்திருந்தார்.

"போலாம். அங்க டெலிகேட்ஸ் ரொம்ப அதிகம் . போன வருசம் பனிரண்டாயிரம் பேர். இங்கத்தவிட தியேட்டர்க அதிகம் ஆனா கூட்டமும் அதிகம். இளைஞிகள் அபாரமா வருவாங்க. கலர்புல்... ஆனா பலம் உள்ள தோழர்கள்தா அங்க ஜெயிக்க முடியும். கியூ பல சமயங்களே இல்லாமெப் போகும். பலத்தெ வெச்சுட்டுதா தள்ளிட்டு உள்ள போக முடியும்."

சென்றாண்டு ரகீம் அங்கு சென்றிருந்தபோது வேடிக்கை பார்ப்பதே அவனின் பொழுதுபோக்காக மாறியிருந்தது. மீட் த டைரக்டர், ஓபன் பாரம், இயக்குனர்களுடன் கலந்துரையாடல் என ஏதாவது நடந்துகொண்டே இருக்கும். அங்கு போகும் போதெல்லாம் திரைப்படக் குறுந்தகடுகள் வாங்கி வரச் சொல்லி சில நண்பர்கள் கேட்பார்கள். திரைப்பட விழா என்றால் பலருக்கு, திரைப்பட குறுந்தகடுகள் சுலபமாய் விற்கும் என்ற

நினைப்பு உண்டு. பிராண்ட்டு தவிர நகரத்துக்குள் எங்கும் மலையாளத் திரைப்பட குறுந்தகடுகள் கிடைக்காது. பேருந்து பிடித்து பீமப்பள்ளிப் போனால் திரைப்பட விழாவுக்கு வந்த பல படங்கள் உட்பட நூற்றுக்கணக்கான புதுப்படங்களின் குறுந்தகடுகளை இருபது ரூபாய்க்கு வாங்கலாம், சிலர் பத்து ரூபாய் கொடுத்துச் சில படங்களை அக்கடைகளில் வாங்கிச் செல்வதைப் பார்த்திருக்கிறான். ஏதோ உறவினர்கள், நண்பர்கள் போலிருக்கிறது என்று நினைத்தான்.

“அதெல்லாம் நீலப்படங்க. ரொம்ப சீப். பொம்பளையோட வேணுமா... கொழந்தைகளோட வேணுமா... மிருகங்களோட வேணுமான்னு கேப்பாங்க.”

“ஹாராம். அரே அல்லா...”

பீமப்பள்ளி மசூதி மிகப் பெரியது விசாலமானது. தொழுகை நேரத்தில் பெரிய கூட்டம் இருந்துகொண்டே இருக்கும். இரவு நேரங்களில் மசூதிப் பகுதி மின்விளக்குகளால் சுடர்விடும். ரகீம் அந்தப் பக்கம் செல்கிறபோது தொழுகைக்குக் கொஞ்சம் நேரம் ஒதுக்குவான்.

சென்றாண்டு கிம்கி டெக்கின் புதிய படம் ஒன்றுக்கு கூட்டம் அபரிமிதமாக இருந்தது. கொரியாவிலிருந்து கிம்கி டெக்கும் வந்திருந்தார். பல மலையாளப் பத்திரிகைகளில் நேர்காணல்கள் வந்திருந்தன. திரையரங்கக் கதவுகளைத் திறந்த போது வரிசைகளை மீறிக்கொண்டு திமுதிமுவெனக் கூட்டம் ஓடியது. . தாறுமாறாய் உள்ளே சென்றவர்கள், இடங்களைப் பிடித்துக்கொள்ள தரையில் உட்கார்ந்திருந்தவர்களை மீறி அதே அளவு கூட்டம் நின்றுகொண்டிருந்தது. வரிசையில் வராதவர்கள் எழுந்துபோங்கள். மானமில்லாதவர்களே எழுந்துபோங்கள் என்று பலர் உரத்தகுரலில் ஒரே சமயத்தில் தொடர்ந்து கோஷமிட்டார்கள்.

அதன்பின் பத்து பேர் கிளம்பிவிட்டார்கள். ‘மானமுள்ளவர்கள் இவ்வளவு பேர்தானா’ என்றார்கள். சிரித்தார்கள் பலர்

சினிமாவுக்கு முன் சுயமரியாதை இல்லாமல் போய்விட்டது. இதற்கு இப்படிப் போராட்டம் நடத்துபவர்கள் வேறு பிரச்சினைக்கு வெளியில் வருகிறார்களா. பெட்ரோல் விலை ஏற்றம் . விலை வாசி உயர்வு குறித்து இப்படி இங்குள்ளவர்கள் கோஷம் போட்டிருக்கிறார்களா என்று இடையிலொருவர் பேசினார். கால்மணி நேரம் கழித்துப் படம் ஆரம்பித்தது. பல பாலியல் காட்சிகள், ஆண் உறுப்பை வெட்டி எடுத்து விளையாடுகிறார்கள். ஆண் உறுப்பை இழந்தவன் அலறுகிறான். படம் ஆரம்பித்து கால்மணி நேரத்தில் கால்பகுதி பெண்களும் வெளியேறிவிட்டனர். கால்கள் வலிக்க, தரையில் உட்கார்ந்து கால்கள் நோக அலுத்திருந்தவர்களுக்கு அந்த இருக்கைகள் ஆசுவாசம் தந்தன. ரகீமிற்கும் நாற்காலி கிடைத்தது. ஆனால் ரகீம் அரை மணி நேரத்தில் ஹாராம்... ஹாராம் என்று அலறியபடி வெளியே வந்துவிட்டான்.

கொரியப் படங்களெ காப்பியடிக்கிறாங்க... தமிழ்லலே, “மலையாளத்திலெ அதிகம். கிம்கி டெக்குக்கு ரசிகர்களும் மலையாளத்தில் அதிகம்.”

“நல்ல ஓட்டலா சொல்லு ரகீம். சாப்புடப் போலாம். அப்பிடியே ஒரு ஆட்டோ புடிச்சுப் பீச்சுக்குப் போலாம்”

“பனாஜி பீச்சுக்குப் போனா ஆள் நடமாட்டம் அதிகம். சிரமமில்லை. இங்கதா முப்பது பீச் இருக்கே. தனியா பொம்பளைகளுக்குன்னு பீச் இருக்கு. கூட்டம் குறைவா இருக்கற பீச்சுக்குப் போயிறாதீங்க. ரேப், பலாத்காரம்ன்னு பல சம்பவங்கள் நடக்கும். சாட்சின்னு கூட்டிட்டுப் போயிருவாங்க.”

“இந்தக் கண்காட்சியெ மிஸ் பண்ணக்கூடாதுன்னு நெனச்சேன். நம்ம குருப்காரங்க்கிட்ட சொல்லணும்.”

கடைசியில் பக்கம் இருந்த சைவ ஓட்டல்தான் கிடைத்தது சோரக் ஒரு எளிய சைவக் கறி. வெங்காயம் மற்றும் தக்காளியுடன் ஒரு காரமான மசாலாவைக் கொண்டுள்ளது. சோரக் சூடான அரிசி அல்லது உலர்ந்த மீன்களுடன் சுவையாக இருக்கும் என்றான் ரகீம்.

“மீன் கலந்து இருக்கும் இது சைவ உணவா. பெங்கால் பிராமின்ஸ்கூட மீன் சாப்புடுவாங்க. ஜல் புஷ்பம்ன்னு. அதுமாதிரி இவங்களுக்கும் மீன் சைவமோ என்னமோ.”

“போன வருசம் மொதத நாள். சேரே பஞ்சாபியிலே ராத்திரி விருந்து. சூசன் கட்டாயப்படுத்திக் கூட்டிட்டுப் போனார். மட்டன் பிரியாணி. மொதல் கடியிலெ கடவாப் பல்லு ஒண்ணு வுழுந்திச்சு. ரொம்ப நாளா ஆடிட்டு இருந்துச்சு. கடக்குன்னு என்னமோ உழுகுது. கறியா... எலும்பான்னு பாத்தா கடவாப் பல்லு. சாப்புடறவங்ககிட்ட காமிச்சாலோ சொன்னாலோ நல்லா இருக்காதுன்னு சாப்புட்டு முடியறவரைக்கும் யார் கிட்டயும் சொல்லலே மறக்க முடியாது. போரோவியம் அயனக்ஸ் போனீங்களா.”

“நேத்துக் காலையில் ஒரு ஸ்பென் படம் அங்கே போக. பிரி பஸ் வருமுன்னு முக்கா மணி நேரம் காத்திருந்து... பஸ் வராததுனாலே வீணாப் போச்சு. நல்ல காம்ப்ளக்ஸ். போயிப் பாருங்க சார். செரி... உங்க லாட்ஜிலே ஏசி ரூமா எல்லாமும்.”

“ஏசி ரூம்ன்னுதான் சொன்னான். ஆனா எங்களுக்கெல்லா ஏசி வேண்டாம். கட்டுப்படியாகாதுன்னு வேண்டாம்ன்னு சொல்லிட்டம். ஆப் பண்ணிட்டான்... ஓவியர் விஸ்வம் ரூம்லே ஏசி போட்டுக்கறார். தெரிஞ்சா புடுச்சா பெரிய தொகை கேப்பான்னு சொன்னன். அவரு கேக்கல. ரூம் வேணும்ன்னா வாங்க போயி சிங்கில் ரூம் இருக்கான்னு கேட்டுப் பாக்கலாம். இன்னிக்கு ஒரு படம் பார்த்தேன். கிறிஸ்துவங்களெக் கொச்சப்படுத்தி...”

“இது மாதிரி நெறைய வருதே.”

“உங்க இஸ்லாமெ யாரும் தொட மாட்டாங்க.”

“அதெயும் வுட்டு வைக்கறதில்லே. டிரான்சுன்னு ஒரு மலையாளப் படம் பத்திக் கேள்விப்பட்டீங்களா. ஓவரா கிறிஸ்டியன்களே கலாச்சுட்டாங்கன்னு சொன்னாங்க. ஒரு வெள்ளை அங்கி இருந்தால் போதும் கிறிஸ்துவப் பாதிரி ஆகிவிடலாம். டீக்கடை வைக்கக் கூட பாய்லர், பெஞ்ச்,

டம்ளர்கள். சக்கரை, டீத்தூள் தேவை... ஒரு வெள்ளை அங்கி இருந்தால் போதும் கிறிஸ்துவப் பாதிரி ஆகிவிடலாம்னு சக எழுத்தாளர் ஒருவர் அடிக்கடி சொல்வார்."

"பீகாக்லே இதெ பத்தி எதுக்கு லெட்டர் எழுதப்போறன்."

"எது அது?"

"பிலிம் ஃபெஸ்டிவல் நியூஸ் லெட்டர்... டெய்லி புலட்டின். பீகாக். இது மாதிரிப்படங்கள் எதுக்குன்னு."

"எழுதுங்க சார். கோவா மலையாளியிலேகூட சொல்லலாம். அவங்களும் எழுதுவாங்க."

எபினேசரின் கைபேசி சிணுங்கி மறைந்தது.

"நீங்கதா என்னமோ அனுப்பிசிருக்கீங்க ரகீம்."

"அதுதா நான் சொன்ன டிரான்ஸ் மலையாளப் படத்தெப் பத்தி... உங்க பக்கத்து ஊர்க்காரர் எழுதின முகநூல் அபிப்ராயம்."

டிரான்சு... கிருத்துவ மதத்தின் பேரில் நடக்கும் அற்புதங்களும் அதன் வியாபாரமும் குறித்துப் பேசுகிறது. தமிழ்நாட்டிலும் இத்தகைய மத அற்புத வியாபாரிகள் இருக்கிறார்கள். கூடவே இதே பின்னணியில் செயல்படுகிற அரசியல் அற்புத வியாபாரிகளும் இருக்கிறார்கள் என்பதுதான் இன்னும் முக்கியத்துவம் வாய்ந்தது. "இதோ இப்போது சாதி ஒழிந்துவிடும்!" "நாமெல்லாம் ஆண்ட பரம்பரை!" "இந்த இனத்தை விடுதலை செய்யாமல் ஓயமாட்டேன்!" "இந்தியா என்ன? அமெரிக்கா என்ன? எல்லாரையும் ஐ.நா-வில் கணக்குத் தீர்ப்போம்!" என்று அரசியல் தேவகுமாரர்கள் எப்படித் திடீரென்று தோன்றினார்கள் தெரியுமா? சாதி ஒழிப்புக்கு அருள்வாக்கு வழங்கிய "தமிழ்நாடு தியாலஜிக்கல் செமினரி", "ஆண்ட பரம்பரை மற்றும் இனவாதப் பெருமை"யின் மகத்துவத்தை அருளிய பெங்களூரு குணா மகான், இவர்களின் இணையாக இயங்கிய பின்நவீனத்துவக் கும்பல், "ஈழத்தின் பின்னணியில் ஜியோ பாலிட்டிக்ஸ்" என்ற மந்திரத்தை அருளிய அரசு ஏஜென்சி புனிதர்கள், இவற்றுக்கெல்லாம்

மூளையாகவும், பணமாகவும் பின்னாலிருக்கிற ஃபோர்ட் பவுண்டேசன் மாதிரியான பன்னாட்டு நிறுவனங்கள், சிலநேரங்களில் சிறை, மற்ற வேளைகளில் நட்சத்திர விடுதிகள், வெளிநாட்டில் விருந்தினர் மாளிகைகள்... என விரியும் பயிற்சி மையங்கள் அனைத்தையும் இந்தப் படம் எனக்கு நினைவூட்டியது. அதிலும் செய்தி வாசிப்பாளரைப் போல் மேடையில் பேசிக்கொண்டிருந்த ஒரு ‘புள்ள பூச்சி’க்கு பேச்சுப் பயிற்சியளித்தவரின் கதையைச் சில காட்சிகள் தத்ரூபமாகக் காட்டியது. அப்புறம் இன்றைக்கு மலேசியா, சிங்கப்பூர், அரபு நாடுகள், ஐரோப்பிய மற்றும் அமெரிக்க நாடுகள் என கிளைபரப்பி இவ்வரசியல் அற்புதவாதிகள் நடத்தும் வசூல் சுவிசேசக் கூட்டங்கள், அதில் நடக்கும் வசூல் போட்டி, அதனால் உருவான போட்டி அமைப்புகள் என அனைத்தையும் படம் இன்னொரு கோணத்தில் உணர்த்திக் கொண்டேயிருக்கிறது.

அற்புதங்களை அறிந்தவன் பாக்கியவான் என்பதைத் தவிர வேறு என்ன சொல்ல? கோடானுகோடி நன்றிகள் ஏசப்பா...... (திருப்பூர் குணா)

“ஓ... மை காட் ஜீசஸ்.”

“ஏசப்பான்னு ஏங்க நீங்க கத்தலே சார்...”

19

கிருஷ்ணபிரபுவின் முகநூல் பக்கத்தைப் பார்த்துக் கொண்டிருந்தார் ரகீம். அவரின் தலையிலிருந்த தொப்பி வலது பக்கம் சாய்ந்து தொங்கிக்கொண்டிருப்பது போலிருந்தது. தொட்டிலின் ஓரத்தில் படுத்துக்கிடக்கும் குழந்தைபோல் தொப்பி நின்றிருந்தது.

“கேரளா ஃபெஸ்டிவலைப்பத்தி எழுதியிருக்கீங்க எழுத்தாளரே. நான் அங்க உங்களைப் பாத்ததில்லையே.”

“இப்பதானே நமக்குள்ளே அறிமுகம். முந்தி அறிமுகம் இல்லாததுனாலே தெரிஞ்சிருக்காது.”

திரைப்பட புகைப்படங்கள் எதுவுமில்லாமல் அக்கட்டுரை வந்திருந்தது.

“19வது கேரள சர்வதேசத் திரைப்பட விழா”:

திரைப்பட விழாக்கள் அதன் கவர்ச்சியையும் இயல்பையும் இழந்துகொண்டிருக்கின்றன. உள்ளங்கையில் குறுந்தகடுகள் குவிகையில் திரைப்பட விழாக்களுக்குச் செல்வது அவசியமற்றது, தேவையில்லாதது என்று தோன்றினாலும் திரைப்பட விழாக்களில்

அதிகமாகிக் கொண்டிருக்கும் பிரதிநிதிகள் எண்ணிக்கை வெகுவாகக் கூடிக்கொண்டே இருக்கிறது. முன்பெல்லாம் 5 ஆயிரம் பிரதிநிதிகள் கூடுவர். இப்போது திருவனந்தபுரத்தில் நடைபெறும் கேரள சர்வதேசத் திரைப்பட விழாவிற்கு 10 ஆயிரம் பேர் பதிவு செய்துகொண்டு கலந்து கொள்கிறார்கள். இவர்களில் பாதிக்கும் மேற்பட்டவர்கள் இளைஞர்கள் என்பது குறிப்பிடத்தக்கது.11 திரையரங்குகளில் சர்வதேசப் படங்கள் திரையிடப்பட்டாலும் நல்ல திரைப்படங்களுக்கு முந்திய காட்சி முடிந்த பின் அடுத்த காட்சியின் வேறு படத்திற்காக 2 மணி நேரம் கூட வரிசையில் நிற்கவேண்டியிருக்கிறது. படங்களுக்கான இடைவெளி நேரங்கள், மதிய உணவு நேரம், மாலை நேரம் என இடைவெளி நேரங்களில் நடைபெறும் இயக்குனர்களுடனான சந்திப்பு, கலந்துரையாடல், கருத்தரங்கு, திரைப்படம் சம்பந்தமான புத்தக வெளியீடுகள், திரைப்படக் கண்காட்சி போன்றவற்றில் கலந்துகொள்ள நேரம் ஒதுக்காமல் அடுத்த படத்திற்கான வரிசையில் நிற்கவேண்டியிருக்கிறது. வரிசையில் நிற்பது, குளிசாதனங்கள் அமைந்த திரையரங்குகளில் தொடர்ந்து உட்கார்திருப்பது, இருக்கை கிடைக்காத போது தரையில் உட்கார்ந்து படங்கள் பார்ப்பது, தரையில் உட்கார இடம் கிடைக்காத போது எங்காவது கால்கள் வைக்க இடம் கிடைக்கிற இடத்தில் தொடர்ந்து நின்றுகொண்டே படம் பார்ப்பது போன்ற சங்கடங்கள் திரைப்பட விழாக்களுக்குச் செல்வதற்கான மனநிலைகள ஒதுக்கி வைத்துக்கொண்டே இருக்கச்செய்கிறது. பிரதிநிதிகளின் எண்ணிக்கையைக் குறைக்கிற நடவடிக்கைகளிலும் அமைப்பாளர்கள் வெற்றி பெற முடியவில்லை. மணிக்கணக்கில் வரிசையில் நின்று பார்க்கிற பல படங்களின் குறுந்தகடுகள் சுலபமாக வெளியில் கிடைப்பது இன்னும் அதிர்ச்சியை ஏற்படுத்துகிறது. திருவனந்தபுரத்தைப் பொறுத்த அளவில் நகரில் எங்கும் திருட்டுக் குறுந்தகடுகளை வாங்கி விட முடியாது என்பதாலா கூட்டம் குவிகிறது என்ற சந்தேகம் உள்ளது, ஒரே திரையரங்கை இரண்டாய், மூன்றாய்ப் பிரித்து திரையரங்குகளின் எண்ணிக்கையை அதிகமாக்கியதால் இருக்கைகளின் எண்ணிக்கை குறைந்து

விட்டது. கேரளத்தில் திரைப்பட சங்கங்கள் இன்னும் உயிர்ப்புடன் இயங்கி வருகின்றன.மாவட்ட அளவில் நிறைய் சிறு திரைப்பட விழாக்களும் நடத்தப்படுகின்றன.திரைப்படம் சார்ந்த நிறுவனங்கள், கல்லூரிகள் தொடர்ந்து ஆரம்பிக்கப்பட்டு நடந்து வருகின்றன என்பதும் சிறப்பாகும். இவ்வாண்டுத் தொடக்க விழாவில் கேரள கலை பாரம்பரிய நிகழ்ச்சிகள் எதுவும் இல்லாமல் இருந்தது. சிக்கன நடவடிக்கையாம். அதிகப்படியான கூட்டத்தால் சோர்வு. திரையரங்குகளுக்கு மத்தியில் இலவசமாய் போய் வர ஓடிக்கொண்டிருந்த ஆட்டோக்கள் காணாமல் போனது போன்றவை குறைகளாக மனதில் தோன்றின. கேரள திரைப்பட விழாக்கள் இடதுசாரி திரைப்படங்களுக்குப் பெயர் போனவை. இப்போதைய காங்கிரஸ் அரசின் மறைமுகத் திட்டங்களால் அவை மனதில் எடுத்துக்கொள்ளப்படாத மாதிரி தோன்றுகின்றது.

ஈரான் இயக்குனர் மக்பல்பப்பின் 'பிரசிடென்ட்' என்ற திரைப்படம் திரையிடப்பட்ட 'கைரளி' தியேட்டரில் நிகழ்ந்த அமர்க்களம் வெகுவாகச் சோர்வடையச் செய்தது. 2 மணி நேரத்திற்குமதிகமாக வரிசையில் நின்று ரசிகர்கள் திரையரங்குகளில் நுழைகிறார்கள். 400 இருக்கைகள் கொண்ட திரையரங்கு அது. அப்போதே முக்கியஸ்தர்கள், பிரபலங்கள் என்று 50% இருக்கைகள் நிரம்பியுள்ளதைப் பார்த்து வந்தவர்கள் கூச்சலிடுகிறார்கள். இன்னும் வந்து சேர்கிறவர்களால் கூச்சலும், முன்பு இருக்கைகளில் வந்து ஆக்கிரமித்தவர்கள் வெளியேற வேண்டும் என்று கூச்சலும் குழப்பமும் தொடர்கிறது. படம் தொடங்க ஒரு மணி நேரம் இருக்கிற சூழலில் இது ஆரம்பிக்கிறது. கோஷம் எழுப்புகிறார்கள், நூற்றுக்கும் மேற்பட்டவர்கள் இதில் கலந்துகொள்கிறார்கள். முக்கியஸ்தர்கள் வெளியேற வேணும் என்ற ஆர்ப்பாட்டம். கூக்குரல்கள்... பல முக்கிய அதிகாரிகள் வந்து சமாதானப்படுத்துகிறார்கள். முக்கியஸ்தர்கள் உட்கார்ந்திருக்கும் இருக்கைகளின் அருகில் நின்று அவர்களை முழுக்க மறைக்கிறார்கள், ஒரு மணி நேரத்திற்குப் பிறகு படம் தொடங்கினாலும் இது தொடர்ந்துகொண்டே இருக்கிறது. பலர் செய்தித்தாள்களைப் பிடித்து ஒளிக்கற்றைகளை மறைத்து,

திரையில் படம் விழுவதைத் தடுக்கிறார்கள். 90% பேர் நின்று கொண்டே படம் பார்க்கிறார்கள். முக்கியஸ்தர்கள் படம் பார்க்க முடியாதபடி எல்லோரும் நின்று அவர்களின் பார்வையைத் தடைசெய்கிறார்கள். பாதிப்படம் வரைக்கும் இந்தக் கூச்சல், குழப்பம் இருந்துகொண்டே இருந்தது. மக்பல்பப் போன்ற மகத்தான கலைஞனை அவமானப்படுத்துவது போல் குழப்பம். தங்களின் செயல் உள்ளூரின் நடவடிக்கையாக இருக்கலாம். ஒரு கலைஞனின் படைப்பிற்கே அவமானம் தருவது போலக் குழப்பம். படம் பார்க்கத் தடைகள். காட்சி ரத்து செய்யப்பட்டிருந்தால் இன்னும் அவமானகரமான விசயமாக இருக்கும், அப்படியொரு முக்கிய அரசியல் படத்தினை அவமதிப்பது போல் எல்லாம் நடந்தன... இதற்காக கோஷம், ஆர்ப்பாட்டம் செய்யும் இளைஞர்கள் சமூக நீதிக்கான போராட்டங்களில் இதே உத்வேகத்துடன் கலந்துகொள்வார்களா என்ற சந்தேகமும் வந்தது. ('தி பிரசிடெண்ட்' படம் நிலைகுலைந்து போன ஒரு சர்வாதிகாரி தன்னைக் காப்பாற்றிக்கொள்ள மாறுவேடம் போட்டு, தன் சிறு வயது குழந்தையுடன் அலைவதையும் இறுதியில் பிடிபட்டு விடுவதையும் குழந்தையின் சிரமங்களுடன் சொன்னது.)

தென்னிந்தியத் திரைப்படச் சங்கங்களின் கூட்டமைப்பு சார்பில் அந்த ஓபன் பாரம் நிகழ்ச்சி ஏற்பாடாகியிருந்தது ரகீம் வெளிச்சம் என்ற திரைப்பட அமைப்பை சில ஆண்டுகள் நடத்தி வந்தார். ஒரு தரம் பதிவு செய்து முறைப்படுத்தினான். பிறகு கணக்கு வழக்கு சமர்ப்பிப்பது, கூட்ட விபரங்களைத் தொகுப்பது என்ற ரீதியில் எதுவும் ஒழுங்குபடுத்த முடியவில்லை. அதனால் புதுப்பித்தல் எதுவும் செய்ய முடியவில்லை. ஆனாலும் ஆண்டுதோறும் ஆயிரம் ரூபாய் செலுத்திப் புதுப்பித்துக் கொள்வான். திரைப்படச் சங்கங்கள் வலுவிழந்து போவது பற்றி ஒவ்வொரு முறையும் ஏதாவது பேச்சு இருந்து கொண்டே இருக்கும். கோவா திரைப்பட விழாவில் நான்கு நாட்கள் ஓபன் பாரம் நிகழ்ச்சி நடத்த அனுமதியும் சிறு நிதியும் தென்னிந்தியத் திரைப்படச் சங்கங்களின் கூட்டமைப்புக்குக் கிடைக்கும். ஹைதராபாத்தைச் சார்ந்த சுந்தரம் ரெட்டி அதன்

செயலாளராகப் பல ஆண்டுகளாய் இருந்தார். அவர் அன்றைய நிகழ்ச்சிக்கு வரும்படி அழைத்திருந்தார். சூசனிடம் ரகீம் அந்நிகழ்ச்சி பற்றிச் சொல்லியிருந்தார். ரகீம் தன்னை பிலிம் மேக்கர் என்று சொல்லிக்கொள்வது சூசனுக்குப் பிடிக்காது.

“பிலிம் பஜார் முடிஞ்சிரும். வர்ரன். என்ன தலைப்புலே கருத்தரங்கம்.”

“திரைப்பட மாணவர்களே சினிமாவின் பலம் நல்ல தலைப்பு மலையாள இயக்குனர்கள் பிரியதர்சன், ஜார்ஜ், கன்னட இயக்குனர்கள் கிரிஷ் காசரவள்ளி, பிரசந்த் பேசறாங்க.”

“நம்ம தமிழ்லே யாருமில்லையா.”

“பாரம் படம் இயக்குனர் பிரியா கிருஷ்ணசாமியெக் கூப்படறதா சொன்னார்.”

“கிருஷ்ணபிரபு நீங்க வந்திருங்க. உங்க புத்தகங்களெ பெரிய டைரக்டர்களுக்குக் குடுக்கலாம். யாராச்சும் படுச்சிட்டு மனசிலெ வெச்சிட்டா வாய்ப்பு வரும்.”

“அந்த மாதிரி கனவெல்லா எனக்கு இல்லீங்க.”

“குருவுக்கே அந்த மாதிரி கனவு இருக்கே... விஸ்வத்துக்கு அது பெரும் கனவு.”

விஸ்வம் அவரின் மூன்று ஓவியங்களை எடுத்து வந்து பிரபல இயக்குனர்களுடன் புகைப்படம் எடுத்துக்கொள்ள ஆர்வமாய் வந்திருந்தார். எபினேசர் ஓய்வு எடுக்கணும் என்று மனைவியுடன் அறைக்குச் சென்றுவிட்டார். சென்னை பல்கலைக்கழகத்தைச் சார்ந்த சக்திவேல் வருடம்தோறும் குறைந்தது முப்பது மாணவர்களை அழைத்து வந்து யூத் ஹாஸ்டலில் தங்குவார். குறைந்த வாடகையில் டார்மெட்டாரியும் காலை உப்புமாவும் உண்டு என்பார். அவரிடம் ரகீம் சொல்ல சக்திவேல் பத்து மாணவர்களை நிகழ்ச்சிக்கு அழைத்து வந்திருந்தார்.

“திரைப்பட மாணவர்களே சினிமாவின் பலம் கருத்தரங்கம். ஏதாச்சும் மாணவர்களைப் பேசச் சொல்லணும்லே.”

“சுந்தரம் ரெட்டி பண்ணியிருப்பார். அழைப்பிதழ் பாக்கலே.”

வெகு தாமதமாகவே கூட்டம் ஆரமபித்தது. கூட்டமைப்பைச் சார்ந்த கோமகன் மதுரைக்காரார் திரைப்படச் சங்கக் கூட்டமைப்பில் முக்கிய பொறுப்பில் இருந்தார். அவர் சமீபத்தில் ராஜினாமா செய்துவிட்டார். சரியான காரணம் ரகீமிற்குத் தெரியவில்லை. ரூசன் நூற்றுக்கணக்கான திரையிடலில் அனுபவம் பெற்றிருந்தாலும் திரைப்பட சங்க பதிவுக்கு ஆர்வம் காட்டவில்லை. “இவ்வளவு மெம்பர் வேணும், இவ்வளவு கப்புள் மெம்பர்ஸ், இவ்வளவு நிகழ்ச்சிகள்ன்னு பொய் சொல்லணும். இப்பதா வெளியிலே படங்கள் சுலபமாகக் கெடைக்குதே. எதுக்கு ஃபெடரேசனை நம்பி இருக்கணும்.”

சிவராமன் சென்னையைச் சார்ந்தவர். திரைப்படங்கள் எதுவும் அவரின் திரைப்படச் சங்கத்தில் திரையிடல் செய்வதில்லை. ஒரு முறை அவர் வீட்டு மாடியில் திரையிடல் செய்தபோது காவல்துறை வந்து கூட்டிக்கொண்டு போய் விசாரணை செய்து சிரமப்படுத்தினார்கள். அப்போது மூன்று நாட்கள் மனித உரிமைகள் சார்ந்த திரைப்படங்களைத் திரையிடத் திட்டமிட்டிருந்தார், அதில் அமுதன் இயக்கிய கூடங்குளம் பற்றிய ஆவணப்படமும் இருந்தது. அதன்பின் அவர் திரையிடல்களைக் குறைத்துக்கொண்டார். ஆனால் அமுதன் ஆண்டிற்கு பத்து ஊர்களிலாவது அவரின் படங்களைத் திரையிட ஏற்பாடுகள் செய்து வெற்றிகண்டு விடுவார். பாலதண்டாயுதம் பாண்டியைச் சார்ந்தவர் தென்பட்டார். அவர் முன்பெல்லாம் இந்தியன் பனோரமா திரைப்படவிழாவை பாண்டிச்சேரியில் நடத்திக் கொண்டிருந்தார். இப்போது கூட்டம் அதிகம் சேர்வதில்லை, நிதி உதவி கிடைப்பதில்லை என்று ஒதுங்கிவிட்டார். மனநல மருத்துவராக அரசு மருத்துவ மனையில் வேலை செய்தவர். தனியார் மருத்துவமனையை ஆரம்பித்து அதையும் கைவிட்டார். மனநல நோயாளிகளை தினமும் சந்திப்பது பேசுவது அவர்களுக்குச் சிகிச்சை அளிப்பது சிரமமாக உள்ளது. சாதாரணப் பொது நோயாளிகளைக் கவனிப்பது போல் மனநல நோயாளிகள் இல்லை என்பார். ஆரோவிலில் சமூகக் காரியஙளில் சமீப காலங்களில் ஈடுபட்டு வருகிறார். சிவராமனும் பாலதண்டாயுதமும் அங்கே தென்பட்டார்கள்.

“சார் பிலிம் பஜார்லே உங்க படம் சேல்ஸ் ஆச்சா....” கிருஷ் கேட்டான்.

“இல்லை. பிராமிஸ் பண்ணீயிருக்காங்க. காண்டாக் பண்றன்னு சொன்னாங்க. பலரைச் சந்தித்தது பின்னாலே பிரயோஜனமாகும். டெய்லி காலையிலிருந்து பீர். சாயங்காலம் ஆனா ஹாட் டிரிங்க்ஸ். படம் சேல்ஸ் ஆகலே. பாட்டல்க காலியாச்சு. குடுத்த ஆயிரக்கணக்கான ரூபா எண்ட்டிரி பீசுக்கு குடிச்சே செலவு பண்ணுரனம். நல்ல சாப்பாடு கூட. கடைசிநாள்லே பாட்டலப்பாத்தாவே வாந்தி வர்ற நிலைமையாயிருச்சு. அளவுக்கு மீறுனா அமிர்தமும் விசம்ன்னு... சில நல்ல படங்கள் பாத்தன். திரைப்படக் கல்லூரி மாணவர்களெ உடுங்கள். திருப்பூர்லே பனியன் கம்பனியில வேலை செஞ்ச ஒருத்தர் ஒரு படம் எடுத்திருக்கார் பாருங்க. அசத்திட்டார், அதுக்கு மார்க்கெட்டிங்க் கெடச்சிருக்கும். பீகாக் நியூஸ் லெட்டர்ல கூட அந்தப் படத்தெப்பத்தி எழுதுனாங்க. தமிழனுக்குப் பெருமை சேர்க்கமாதிரி சின்ன வயசாளுக நெறைய வந்துட்டங்க. குட்.”

திரைப்படத்துறையில் திரைப்படக்கல்லூரியில் படித்தவர்களும் மாணவர்களும் அதிகம் மதிக்கப்படுவதில்லை. பல ஆண்டுகளாய் உதவியாளர்களாக இருந்து சிரமப்படுகிறோம். மூன்று ஆண்டுகள் படித்துவிட்டு வந்து என்ன பெரிதாய் சாதிப்பார்கள் என்ற பொதுப்புத்தி அபிப்ராயம் இன்றைக்கும் உண்டு என்று அசாமைச் சார்ந்த ஒரு இயக்குனர் பேசுகையில் குறிப்பிட்டார்.

முன்பெல்லாம் திரைப்படக்கல்லூரி மாணவர்கள் வணிகப் படங்களில் கவனம் செலுத்தி தோல்வியடைந்தார்கள். திரைப் படக்கல்லூரி மாணவர்கள் என்றாலே படப்பிடிப்புக்கு அதிகம் செலவு பண்ணுவாங்க. பிலிம் ரோலை வேஸ்ட் பண்ணுவாங்க. பட்ஜெட்டை எங்கையோ கொண்டு போயிடுவாங்க. என்ன எடுப்பது என்று தெரியாமல் படப்பிடிப்புக்குப் போவாங்க. என்று இருந்த அபிப்ராயங்கள் டிஜிட்டல் யுகத்தில் ஒளிந்து விட்டன என்றார் வங்காள ஆவணப்பட இயக்குனர் ஒருவர்.

அரசு திரைப்படக்கல்லூரிகளில் சேர இயலாதவர்களும் பண வசதி அதிகம் இல்லாதவர்களும் ஏதோ ஆர்வத்தில் தனியார் திரைப்படக்கல்லூரிகளில் சேருகிறார்கள். சினிமா பத்தின கவர்ச்சியில் சிரமத்துடன் கட்டணம் கட்டுகிறார்கள். சிங்கத்தின் வாயில் தலையை விட்ட கதையாய் அலைகிறார்கள். திருவனந்தபுரம் திரைப்பட விழாக்களில் அதிகப் பிரதிநிதிகள். கூடுவதற்குக் காரணம் தனியார் திரைப்படக்கல்லூரிகளின் அக்கறைதான். ஆனால் அவை பல சமயங்களில் பணம் பிடுங்கும் கும்பல்கள். பொழுதுபோக்கு மையங்கள் என்றார் சாகி இப்ரான்.

தூக்கத்திலிருந்து எழுந்தவர் போல் ரகீம் பாசிட்டிவா ஏதாச்சும் இவங்களெப் பத்திப் பேசுங்கப்பா என்றார்.

“தூக்கம் வராமலிருக்க டீயாச்சும் சுந்தரம் ரெட்டி தர்லாம்.”

“அதென்ன பேரு சுந்தரம்... அப்புறம் ரெட்டி.... கலப்படமா. யார் தமிழர் இதுலே. அப்பாவா... அம்மாவா.”

“நல்ல ஆராய்ச்சிதா.”

20

19ம் தேதி நான் குடுத்தேன் வாடகையை

20 நீ குடுத்திருக்கே குரு

21 ம்தேதி நான் குடுத்தேன்

22 நீ குடுத்திருக்கே குரு

22 நான் குடுத்தேன்

23 நீ குடுத்திருக்கே குரு

24 நான் குடுத்தேன்

25 நீ குடுத்திருக்கே குரு

26 நான் குடுத்தேன்

27 நீ குடுக்கணும்

28 நான் குடுக்கணும்

29 நீ குடுக்கணும்

“ஒரு நாள் வாடகை கம்மியா வந்திருக்குன்னு சொன்னான் ஓட்டல் ரிசப்சனிஸ்ட்.... அதுதான் செக் பண்ணிக்கலாமுன்னு.”

“எனக்கும் பயமாயிருச்சு சார். இருக்கற காசெ வெச்சுட்டு ஓட்டியாகணும். கடன் வாங்கிட்டு இங்க வந்திருக்கன் சார். இங்கயும் கடன் வாங்கிடக்கூடாது, கேட்டுடக் கூடாதுன்னு ஒரு வைராக்யம் வெச்சிருக்கேன். அதுதா ஒரு நாள் வாடகை வர்லன்னு சொன்னதும் சங்கடமாப்போச்சு.”

இருவர் தங்கியிருக்கும் அறை என்பதால் அறை வாடகையை ஒருவர் மாற்றி ஒருவர் தருவது வழக்கம்.

இரு திருநங்கைகள் வாசலில் தென்பட்டார்கள். இறுகிய முகங்கள். ஆண் தனம் இன்னும் மிகுந்து அச்சமூட்டிக் கொண்டிருந்தது. உடைகளின் பளபளப்பு முகங்களை இன்னும் வெளிச்சமாக்கிக்கொண்டிருந்தது. கிருஷ்ணபிரபு அவர்களையே பார்த்துக்கொண்டிருந்தான் தன்னிடம் இருந்த ஒரு சிறு ஆங்கிலக் கவிதை நூலை நீட்டினான்.

“யூ ரீட் இங்கிலிஷ்...”

“எஸ்... எஸ்... தெங்க்ஸ் பார் த புக். தமிழ்லிருந்தா டிரான்ச்லேசன்... குட்.... நாங்களும் தமிழ்நாடுதா. நீங்க பிலிம் ஃபெஸ்டிவலுக்கா வந்தீங்க.”

“ஆமா.”

“நாங்களும்தான்.”

“இவ்வளவு லேட்டா.”

“முந்தியே பதிவு பண்ணிட்டம். செலவுக்குக் காசு கெடைக்கலே. பொறுக்கிட்டு வர லேட் அதுதா இப்பொ வந்தோம்.”

“போன வருசம் கனடாவிலிருந்து ஒரு தமிழர் பேர் ஞாபகம் வர்லே. உங்களெப்பத்தி படம் எடுத்திருந்தார்.”

“நாங்களும் பாத்தம். திருநங்கைகள் பத்தி வந்த படங்களெ ஒரு பெஸ்டிவலாக்கூட போட்டிருக்கோம். அதுலே அதுகூட இருந்துச்சு.”

“அருண்மொழி எடுத்த ஒரு ஆவணப்படம் பாத்திருப்பீங்க.”

"அதெக்கூடப் போட்டம். அந்த அண்ணன் இறந்துபோனது எங்களுக்கெல்லா ஒரு பெரிய அதிர்ச்சி. இந்த மாதிரி பிலிம் பெஸ்டிவல்களெ அவர்தா அறிமுகப்படுத்தினார். அப்புறம் ஆந்திரா பேங்க் பாலுன்னு ஒரு நண்பர். அவரும் இறந்துட்டார். நீங்க வழக்கமா எங்க சாப்புடுவீங்க. பெரிய ஓட்டலே சாப்பாடு கட்டுப்புடியாகாது. பக்கம் எந்த ஓட்டல் மாடரேட்டா இருக்கும்."

"லெப்ட்லே போனா ஒரு சின்ன ஓட்டல் வரும். பூரி வடை. இட்லி கெடைக்கும்... அவல் உப்புமா, சவுத்லே ஒண்ணு இருக்கு நயன்தாரான்னு. ஜவ்வரிசி உப்புமா நல்லா இருக்கும் பசி தாங்கும். அங்கதா சாப்புடப் போறம் வாங்க" என்றான் குரு.

"வேற எழுத்தாளர்கள்ன்னு யாராச்சும் தட்டுப்படறாங்களா..."

பட்டுக்கோட்டை பிரபாகர், சுபா இங்க தென்படுவாங்க. இந்தத் தரம் காணம். கேரளா பெஸ்டிவல்ன்னு போனா ராமகிருஷ்ணன், ஜெயமோகன், கன்னியாகுமரி எழுத்தாளர்கள் நிறைய இருப்பாங்க. இப்போ அவங்கெல்லா சினிமாவுலே எழுத ஆரம்பிச்சுட்டாங்க. அவங்களுக்கு டிவிடியே போதும். சாப்புடப் போறம் வாங்க" என்றான் குரு.

"கிருஷ் இவங்கெல்லா படம் பாக்கவும் வருவாங்க தொழிலுக்கும் வருவாங்க" என்றான்.

"சத்தம் போடாதப்பா..."

கிருஷ்ணபிரபு அவர்களிடம் புத்தகம் தருவதைப் படம் எடுக்க மறந்திருந்தான், இன்னொரு சமயம் ஞாபகமாய் புகைப்படம் எடுக்க வேண்டும் என நினைத்தான்... போன தரம் ஒரு அழகான நாற்பது வயதுப் பெண்ணிடம் புத்தகம் கொடுத்து அஸ்சாமியக் கவிஞருடன் என்று முகநூலில் கூட போட்டான். இந்த முறை அந்தப் பெண் தன்னை இந்தி நடிகை என்று அறிமுகப்படுத்தி ஒரு விசிட்டிங்கார்டை நீட்டினாள். கவிஞர் என்று ஏமாந்துவிட்டோமா என்ற வருத்தம் வந்தது. தாடியும் ஜிப்பாவும் கொண்ட ஒரு வயதானவருக்கு ஒரு புத்தகத்தை சென்றாண்டு கொடுக்க அவர் போர்ச்சுக்கல்காரர் என்றார்.

இம்முறை உள்ளூர்தான். போர்ச்சுக்கல் சொந்த ஊர் என்றார். சில அழகான பெண்களுக்குப் புத்தகம் கொடுத்து புகைப்படம் எடுக்க முயலும்போது வேண்டாம் என்பார்கள். ஆங்கிலம் படிக்க வராது என்று சொல்வார்கள். அவர்கள் தாய்லாந்துப் பெண்கள் என்று அறிந்திருந்தான்.

"இந்த சீசனுக்கு தொழிலுக்காகவே வரக்கூடிய பொம்பளைக இருப்பாங்க" என்றான் கிருஷ். "இந்த இடத்தெ அப்படி கனெக்ட் பண்ணீப் பாக்க முடியலே கிருஷ்."

கிருஷ் அவனின் நண்பர்களுக்கு பென்னியும், வோட்காவும் வாங்கிக் கொண்டு போக குருவை அழைத்தான். நாலைந்து கடைகள் அலைந்து பெரிய கடை ஒன்றில் மலிவாக வாங்கினான். நாலு பாட்டில்களை இரண்டிலும்.

"மூணு லிட்டர் ஒருத்தர் வெளியே ஊருக்குக் கொண்டு போலாம். பில் வாங்கிக்கலாம். இல்லீன்னா செக்கிங்ல புடுச்சா ஃபைன் நிறையப் போடுவாங்க."

"அப்பிடியெல்லாம் போட மாட்டாங்க. வுட்டுருவாங்க என்றார் அருகில் நாலைந்து பாட்டில்களை வாங்கி பையில் போட்டுக்கொண்டிருந்த அழகான நாற்பது வயதுப் பெண்."

தமிழா... எங்க என்று விசாரித்தபோது கோயமுத்தூர் லாலி ரோடு என்றார்.

"எத்தனை வருசமா வர்றீங்க."

"வருசாவருசம் வருவன்."

"அங்கிருக்கிற பிலிம் சொசட்டி ஸ்கிரீனுக்கெல்லா போவீங்களா?"

"அதெல்லா இல்லெ. இங்கதான் வருவேன். போதும்ன்னு இருக்கு. கிளம்பிட்டன் ஊருக்கு. நீங்க கடைசி வரைக்குமா இருப்பீங்க."

அந்தப் பெண் போன பின்பு கிருஷ் முணுமுணுத்தான்.

"அவங்க போதும்ன்னு சொன்னது வருமானத்தையா... படங்களப் பத்தியா குரு?"

"எனக்குத் தெரியலெ."

"எனக்கும் தெரியும். நான் டைவர்சி."

"உனக்கு ஒரு ஜோடி கெடைக்கும் கிருஷ். வாழ்த்துக்கள்."

"பெரிய மனசுடா உனக்கு."

ஜவ்வரிசி உப்புமா சாப்பிட்டுக்கொண்டிருக்கும்போது விடுதியில் பார்த்த அந்த இரண்டு திருநங்கைகள் வந்தனர். வடைகளையும் தேனீரையும் வாங்கிக் கொண்டனர்.

"இந்துனூண்டு டீ. சின்ன டம்ளர்."

"எனக்கு இவங்ககிட்ட கேக்க வேண்டிய கேள்விக சிலது இருக்கு. வேறொரு சமயத்திலெ கேப்பன்."

"என்ன கேள்வி."

அவனின் விளம்பரப் பத்திரிகையில்கூட கிருஷ் அதை ஒரு முறை எழுதியிருந்தான்.

★ திருநங்கைகளுக்கு என் கேள்வி : திருப்பூரில் இடம் பெயர்ந்த தொழிலாளர்கள், பல மாநிலத்தினர், லட்சக்கணக்கில் பின்னலாடைத் தொழிலில் வேலை செய்கிறார்கள். நீங்கள் அதில் பயிற்சி பெற்று வேலை செய்ய முயலாததற்குக் காரணம் என்ன. பாலியல், பிச்சை எடுப்பதில் நீங்கள் சொகுசாய் இருக்க ஆசைப்படுவதாய் ஒரு குற்றச்சாட்டு உள்ளதே. உங்களை மாற்றிக்கொள்ளக்கூடாதா?

திருநங்கையர்கள் கூட்டத்தில் அவர்கள் எழுப்பிய சில கேள்விகள் கூட இருந்தன (திருப்பூர் கணக்கம்பாளையம், நெருப்பரிச்சல் பகுதியில் மட்டும் 200 திருநங்கைகள் வசிக்கின்றனர். திருப்பூரில் ஏகதேசம் 500 பேர் இருக்கிறார்கள்) அவர்களும் சில கேள்விகளை அப்போது கேட்டார்கள்...

★ எங்களை மணந்துகொள்ளும் சில ஆண்கள் எங்களிடம் இருப்பதைப் பிடுங்கிக்கொண்டு துரத்தி அவமானப்படுத்துவதிலிருந்து எங்களைக் காப்பாற்றிக் கொள்வது எப்படி?

★ நாங்கள் குழந்தைகளைத் தத்தெடுக்க முடியுமா?

★ எங்களுக்கு கோவிலுக்குப் போக அனுமதி கிடைப்பதில்லை. ஏன்?

★ பேருந்தில் எங்களுக்கென்று தனி இருக்கைகள் ஏன் தரப்படுவதில்லை (ஊனமுற்றோருக்கும் தனி இருக்கைகள் உள்ளன) பொது இடங்களில் எங்களுக்கென்று தனிக் கழிப்பறைகள் ஏன் கட்டப்படுவதில்லை?

★ மற்ற மாநிலங்களில் 40 வயதிற்கு மேற்பட்ட திருநங்கைகளுக்கு ரூ.1000 உதவித் தொகை தரப்படுகிறது. தமிழகத்தில் தரப்படுவதில்லையே?

★ மிரட்டிப் பணம் வசூலிப்பவர்கள், சாலையில் செல்லும் போது பாலியல் நோக்கில் துன்புறுத்துபவர்கள், விடுதியில் தங்க வேண்டியிருந்தால் அறை தர மறுப்பவர்கள் பற்றிப் புகார் செய்யலாமா-

★ குடும்பச் சொத்தில் எங்களுக்கும் பங்கு கிடைக்குமா?

★ அரசு விழாக்களுக்கு, கலைநிகழ்ச்சிகளுக்கு எங்களைப் பேச அழைப்பதில்லை ஏன்?

★ திருப்பூரில் ஏழை மக்கள் குடியிருக்க அரசால் 6000 வீடுகள் கட்டித்தரப்படுகிறது. இங்கு குடியிருப்போர் 30 வருடங்களுக்கு மாதம் ரூபாய் 300 செலுத்தினால் போதும். ஆனால் திருநங்கைகளிடம் முன்பணமாக 80,000 ரூபாய் கட்ட வேண்டும் என்று கட்டாயப்படுத்தப்படுவது ஏன்?

“அந்த லாலி ரோடு மேடத்தே எப்பிடியும் மறுபடியும் பாத்திருவேன். நம்பிக்கை இருக்கு...”

“இப்போ அவங்க எப்பிடி ஞாபகம் வந்தாங்க கிருஷ். அட்ரஸ் கூட வாங்கலியே...”

“இவங்களெப் பாத்ததும் ஞாபகம் வந்துச்சு... மேடத்தே எப்பிடியும் மறுபடியும் பாத்திருவேன். என் மச்சம் சொல்ற கதை அது.”

எங்கிருக்கற மச்சன்டா என்று கேட்டுக் கொண்டு நகர்ந்தார் விஸ்வம்.

21

"என் கூட இருக்கறதுக்குப் பயமா இருக்கா"

"எனக்கென்ன பயம்"

"ஒரு பொண்ணோட இந்த ராத்திரியிலெ இருக்கறதுலெ பெருமை இருக்கலாம். திருநங்கையோட இருக்கறதுலெ."

"அதெல்லா இல்லே."

"என்ன இருந்தாலும் நாங்கெல்லாம் அந்நியர்கள்தானே."

"அந்த அந்நியம் கூச்சம் தீர்ந்தபின்னாலே இல்லாமெப்போகும். ஒரு பயம் இருக்கு."

"இப்படியெல்லா பயப்பட்டா நீ செக்ஸ் பொம்மைகளோடத்தா படுக்கணும்."

"அதுக்கும் நிறைய வசதிகள் இந்த மாதிரி ஊர்லே வந்திருச்சு போல. உங்க செல்லே ஏதோ ஒரு படம் தெரிஞ்சது. தலையில்லாத முண்டமான ஆண் பொம்மைகளோட எடுத்த படங்கள்."

“அ... அப்படித்தா என் கூடப் பழகற எல்லாருமே நெனைக்கிறாங்க. அந்நியர்கள்ன்னு சொல்லிக்கறாங்க, அந்நியமாவே இருக்காங்க. உண்மையான பேரை, உண்மை யான அடையாளத்தைக்காட்டவே பயப்படறாங்க. அது ஒரு பெண்ணோட இருக்கும்போது இவ்வளவு அந்நியத் தன்மை இருக்காதே...”

“என் மனைவி திரும்பி வருவாளா...”

“டைவர்ஸ் வாங்கிட்டேன்னு சொன்னே... அப்புறம் எப்படித் திரும்பி வருவா?”

“ஒரு ஜோசியம் மாதிரி கேட்டன்.”

“நானும் ஜோசியம் சொல்றன், திரும்பி வர மாட்டா.”

“அவ திரும்பி வருவாள்ன்னு எதிர்பார்த்துட்டே இருக்கேன்...”

“யதார்த்தம் கற்பனைக்குமான தூரம் எக்கச்சக்கம்... அதிகம்”

“செரி போலாமா...”

“நல்ல குளிர்காத்து ... மாண்டோவி நதி அலையடிச்சு காத்தெ அனுப்புது. கொஞ்ச நேரம் உட்கார்ந்திருக்கலாமே.”

“செரி. எங்க போலாம்.”

“எங்க வேண்ணா...”

“எதிர்த்தமாதிரி தெரியற கேசினோவாவுக்கு... இல்லே ரூமுக்கு.”

“எங்கியும் போலாம்.”

“கேசினோவா கப்பலுக்குப் போயிருக்கீங்களா...”

“போயிருக்கன்... யாராச்சும் கூட்டிட்டுப் போயிருக்காங்க, குடியும் டான்ஸ்னும் ஆர்வம் உள்ளவங்க, காசு உள்ளவங்கோ போவாங்க. அப்புறம் போதைப் பொருட்கள். நான் தனியாப் போறதெக் கட்டுப்படுத்திக்குவன். தனியாப் போனா கடிக்க பலர் இருப்பாங்க. பல்லெல்லா தெரியற அளவு விகாரத்தெக் காமிச்சிட்டுக் கடிப்பாங்க.”

“செரி ரூமுக்குப் போலா. உங்களுக்கு ஓட்டல்லே ரூம் கெடைக்கறதிலெ சிரமம் இருக்கா.”

“இந்த மாதிரி டூரிஸ்ட் பிளேசுலே இல்லே. கெடச்சிடும்... கோவில்க இருக்கற ஊர்லெல்லா போனா எங்களைப் பாத்து அசூசையா நெனைப்பாங்க. அப்புறம் தனியாப் போனா தரமாட்டாங்க. ரெண்டு பேரா வந்ததுனாலே சிரமமில்லெ.”

“அப்போ ரூமுக்கே போலாம்.”

“டெஸ்டினேசன் மாத்திக்கவேண்டியதுதா, இன்னிக்கு ஒரு சர்ச்சுக்குப் போலாமுன்னு டாக்சியிலெ கௌம்புனம். மிராமிர் பீச் பக்கம் இருக்கற சர்ச்சுக்குப் போனம். கூட வந்த அவ திடீர்ன்னு வேண்டாம். என்னமோ மனசுக்கு செரியில்லென்னுட்டா. டாக்சிக்காரன்கிட்டெ திரும்பிக் கொண்டுபோய் விடுன்னா டெஸ்டினேசன் மாத்தறது சிரமம். வேற டாக்சி புடின்னுட்டான். எரிச்சலாப் போச்சு. அது மாதிரி இப்போ டெஸ்டினேசன் மாத்தறம்.”

“நான் மொதல்லெ போறன். அப்புறம் வாங்க.”

“இல்லெ நான் தனியா இங்க உக்கார்ரதிலெ சிரமம் இருக்கு. நான் மொதல்லெ போறன். பத்து நிமிசம் கழிச்சு வாங்க என் ரூம் நெம்பர் தெரியுமில்லையா.”

“தெரியும்.”

அந்த நெம்பர் பலருக்கு விசித்திரமாப்படும்.

“1098... .சைல்டு லைன் நெம்பர். பலருக்கு ஞாபகத்திலெ வராது உங்க ரூம் நெம்பரோட கனெக்ட் ஆகி....”

‘சுராங்கனி சுராங்கனி சுராங்கனி சுராங்கனிகா மாலு கெனவா மாலு மாலு சுராங்கனிகா மாலு கெனவா’

“ஆமா இது கொங்கணிப்பாட்டா... இல்லே சிலோன் சிங்களப்பாட்டா?”

“எனக்கும் கொழப்பம். இந்தப் பாட்லே மிச்சம் தெரியுமா... கூட்டத்திலே சின்னப்பொண்ணு மாட்டிக்கிட்டாளாம்

கூட வந்த சின்னப்பையன் இடிச்சிப் பாத்தானாம்.

மாட்டிக்கிட்ட சின்னக்குட்டி முறைச்சிப் பார்த்தாளாம்.

இடிச்சி நின்ன சின்னப்பையன் இளிச்சி நின்னானாம்,

ஊட்டியில மாமனுக்கு மலையில வீடு

ஊட்டுக்குள்ள குளிரெடுத்தா விஸ்கியெப் போடு

மூட் கொஞ்சம் ஏறிச்சுனா சுதியில பாடு.

ஓடிப்போன பொண்ணிருக்கு டூயட் பாடு”

அவள் தன் தலையில் மாட்டியிருந்த டோப்பாவைக் கழற்றியபோது அவளின் வெறுமையான நெற்றி பளிச்சிட்டது. காற்று நெற்றிப் பகுதியைத் தடவி ஆசுவாசப்படுத்திக்கொள்வது போல் பார்த்தாள். அவளின் ஆண் முகம் இறுக்கமானதாக இருப்பதாகத் தோன்றியது கிருஷ்க்கு.

22

“**வ**ழக்கமான விசயம் இல்லாமப்போனா என்னவாயிருக்கும் விஸ்வம் சார்.”

“என்னமோ அதிர்ச்சி ஏற்படற மாதரி இருக்கும். கொஞ்சம் சமாதானம் ஆயிரும். ஒரு மாறுதலாக் கூட இருக்கலாம் குரு.”

“டெய்லி வாக்கிங்குன்னு உங்க வயசிலெ இல்லாமெப் போனது.”

“நிச்சயமாத்தா. ஆனா பெஸ்டிவல் காம்ப்ளக்சுக்கு நடந்து போறது ஒரு ஆறுதல். சக்கரைக்கு என்னவெல்லாமோ பண்ணிப் பாத்து கடைசியிலெ நயம் வெந்தயத்துக்கு வந்து நிக்கறன் .ராத்திரியிலெ ஊற வெச்சு வெறும் வயித்திலெ சாப்படறது. கொஞ்சம் மென்னு முழுங்கறப்போ கசப்பு என்னமோ தண்டனை போல் இருக்கும் . ஆனால் சக்கரை லெவல் கொறஞ்சிருக்கறது நல்ல விசயம். .வெந்தயம் கொண்டுட்டு வந்திருக்கலாம். தவற வுட்டுட்டேன். இப்போ ஒரு வாரத்திலெ நிறைய களைப்பு வந்துட்ட மாதிரி இருக்குடா. உள்ளங்காலே நமநமன்னு அரிப்பு மறுபடியும் கௌம்பிருச்சு... வெறும் வயித்திலே பாண்டிச்சேரி பிரண்ட் சுந்தர முருகன் வெந்தயம் பொட்டலத்திலிருந்து ஒரு வாய் வெளியூர் போனாக்கூடப் போட்டுக்குவார். அது

எனக்குப் புடிக்கலெ. ஊற வெக்காத வெந்தயத்தை வயித்திலெ போட்டுட்டு வயத்தெ கஷ்டப்படுத்தக்கூடாது பாரு."

"இங்க வந்தப்புறம் வயித்தெ எப்பிடியெப்பிடியெல்லாமோ கஷ்டப்படுத்தறம். வெறும் உருளைக்கெழங்கு அயிட்டங்களா நிரப்பி."

வழக்கமாய் லுங்கியும் நடையுமாய் தேனீர்க் கடைக்கு வந்தாயிற்று. தெரு நடமாட்டம் குறைந்தது போல் கிடந்தது. மதுபானக் கடை முன் தூங்கிக்கொண்டிருந்த நாய்கள் தலையைத் தூக்கிப் பார்த்துவிட்டு மீண்டும் படுத்துக்கொண்டன.

"என்ன நம்ம கடை மூடிக்கெடக்குது?"

"சண்டேனாலே இருக்கலாமோ?"

"இருக்கலாம். சின்ன கப் டீ குடிக்க எரிச்சலாத்தா இருக்கும். கொஞ்சமா. ஆடு மூத்திரம் பேஞ்ச மாதிரின்னு பிரண்ட் ஒருத்தர் சொல்வார். ஆடு கொஞ்சமாத்தாப் பெய்யுமா. டவுட் இருக்கு அதுவும் தம் டீ. எப்பவோ போட்டு வெச்சதே ஊத்திக்குடுக்கறதும் எரிச்சல்தா. ஆனா என்ன பண்றது பாம்பே பஜார் பக்கம் போலாமா."

எதிரில் சூசனும் பிரான்சிசும் தென்பட்டார்கள். இருவரும் பெர்முடாசில் தொடைகளை விரித்துக் காட்டிக்கொண்டு நடந்துகொண்டிருந்தார்கள்.

"என்ன டீக்கடையெல்லா எதுவும் காணம்."

"ஆமா. இவ்வளவு தூரம் வந்துட்டீங்க...?"

"வாக்கிங்காதா. எந்தக் கடையும் காணலே. ஞாயிறுன்னா இப்பிடியா. இன்னிக்கு வேற ஏதாச்சும் பந்த் இருக்கா?"

"ஞாயித்துக்கெழமை பந்த் வெப்பாங்களா. அடுத்த ரோட்லே தேடலாம். கேரளாவுலெ பொசுக்பொசுக்குன்னு பந்த் போட்டிருவாங்க. பலதரம் பெஸ்டிவல் டைம்லே பந்த் வந்திரும். வெளிநாட்டு டெலிகேட்ஸ் அப்புறம், பத்து பனிரெண்டாயிரம் டெலிகேட்சுன்னு சிரமமாப்போயிரும். பெஸ்டிவல்

தியேட்டர்களுக்குள்ள சாப்பாடு தயார் பண்ணிக் குடுத்துப் பாத்தாங்க. முடியலே. சலிச்சுப் போயி ஃபெஸ்டிவலுக்கும் பந்த்துன்னு சொல்லிடுவாங்க. அப்போ ராத்திரி ஷோ மட்டும் இருக்கும் .அங்க மதியம் இடைவேளை நேரத்திலெ ஏதாச்சும் ஆர்ப்பாட்டம் நடக்கும். ஏதாச்சும் அரசியல் பிரச்சினையை வெச்சுப் பாட்டுப் பாடி சின்னதா நாடகம் போட்டுட்டு இருப்பாங்க. இங்க அந்த அரசியல் உணர்வெல்லாம் இல்லெ."

எதிரில் தென்பட்ட நட்சத்திர விடுதியின் கதவுகள் திறந்திருந்தன. காவலாளிகள் வணக்கம் செலுத்துவதற்குத் தயாராக இருந்தார்கள். ஆங்கில வி வடிவிலான முனையில் அக்கட்டிடம் இருந்தது. வி முனையில் திரும்பும்போது சுந்தர் தென்பட்டார். பல தமிழ்த் திரைப்படங்களில், மலையாளத் திரைப்படங்களில் நடித்திருப்பவர்.

"என்ன பாஸ் எல்லாரும் ஊர்வலமாப் போறீங்க...?"

"நம்ம தமிழ் ஆளுக நாலு பேர் சேந்தா ஊர்வலம்தாம்... அவ்வளவுதா ஸ்ட்ரெந்த் காட்ட முடியும். டீ சாப்புட வந்தம். கடையெதுவும் இல்லெ."

"எதிர்த்த அறம் ஓட்டல்லெதா தங்கியிருக்கேன். ரெஸ்ட்டரெண்ட் தெறந்திருக்கே. சாப்புடலாம் வாங்க."

காலை தேனீரை இங்கு சின்ன டம்ளர் டீக்கு எதிராக நூறு ரூபா விலையில் சாப்பிடமுடியுமா என்பது பெரிய அளவிலான கற்பனையாக மிதந்தது குருவுக்கு.

"என்ன குரு... தம் டீக்கு சில்லறைக் காசுதா பாக்கெட்லே போட்டுட்டு வந்தன். உங்கிட்ட பணம் இருக்கா."

"இல்லெ சார். பதட்டமாத்தா இருக்கு. செரி. சமாளிப்போம். நம்ம கிட்ட யாராச்சும் கேக்காமெ இருந்தா செரி."

"சுந்தர் சார் நேத்து என்ன படம் பாத்தீங்க."

"லெஸ் மிசரபிள்ளுன்னு ஒரு கிளாசிக் நாவல். முந்தியே படமா வந்திருக்கு. அதெ இந்த வருசம் படம் பண்ணியிருக்காங்க. உலகமயம் சூழல்லே படக்கதையைப் பண்ணியிருக்காங்க.

எக்சலண்ட். ரொம்பவு டிஸ்டர்ப் ஆகிட்டன். மதியம் பாத்தன். வேற பட பாக்க வேண்டாமுன்னு இங்க வந்து குடிச்சிட்டே அந்தப் படத்தெ ஒவ்வொரு பிரேமா மனசிலெ ஓட்டிக்கிட்டெ இருந்தேன். அருமையான அனுபவம்."

"ஆண்டிகனி - கிரேக்க நாடகத்தெ இது மாதிரி இன்றைய சூழல்லெ எடுத்த ஒரு படம் பாத்தேன். மைரேசன், அகதிகள்ன்னு இன்னொரு டைமன்சன். நல்ல படம். நீங்க சமீபத்திலெ என்ன படத்திலெ நடிச்சீங்க?"

"மகாமுனி. ஒரு முக்கியமான கேரக்டர். ஆர்கானிக்பாமிங்க் பத்தி."

"நான் பாத்தேன் சார், நல்ல கேரக்டர். ஆரியா படம். செரியா ஓடலே. அதுலெ மக்களின் போராட்டம்ன்னு வருது. செயற்கையா இருந்துச்சு."

"எளிமையான போராட்டமாத்தா காட்டறாங்க. சாப்ளின் எளிமை பெரிசு. காந்தி எளிமை பெரிசு. நடை முறைப்போராட்டம். சத்யாகிரக உப்பு காய்ச்சல்ன்னு. பிரிட்டிஷ்காரன் பருத்தி வெளவிச்சு கப்பல் கப்பலா இங்கிலாந்துக்குக் கொண்டு போறான். கப்பல்க திரும்பி வர்றப்போ பலது காலியா வருது. ஏன் காலியா அனுப்பணும்னு பாறை உப்பு ஏத்தி அனுப்பறான். அதெ இங்க விற்க முயற்சி பண்றான். நம்ம உப்புக்கு வரி போடறான். அதுதான் உப்பு சத்தியாக்கிரகம்."

"சத்யாக்கிரகம் இப்போ பிரயோஜனமாகுமா?"

"பிரபாகரன் போராட்டம் பிரயோஜனமாகுமா. அங்கெ ஒரு நாடே வீணாப் போச்சு. சேகுவாரா இன்னொரு நாட்டெ எதுக்குப் புடிக்க ஆசப்படணும். அப்படியென்ன படை பலம் இருந்துச்சா. அவரெ பனியன்லே போட்டுத் திரியறவனுக்கு சேகுவாரா யாருன்னே தெரியாது."

"தியாகு கூட இதெப்பத்தி விரிவா எழுதியிருக்கார்."

"அவர் ஜெயில்லெ இருந்துட்டதாலெ டாஸ் கேபிடல் மொழிபெயர்க்கத் தகுதி வந்திருமா. இங்கிலீஷ்லே படிச்சா

இன்னம் சுலபமாப் புரியும். எல்லாத்தியும் படிக்கணும் எம் எல் பசங்கெல்லா வேஸ்ட்... பிராய்டு படிக்காதே, சார்த்தர் அல்தூசர் படிக்காதேன்னு கட்டளை போடுவாங்க. எல்லாம் படிக்கணும் தெளிவு பெறணும்."

தனித்தனியாக கோப்பைகளில் தேனீர் வந்தது.

"உங்களுக்குப் புடிச்ச மாதிரி சக்கரை போட்டுக்கோங்க. வெள்ளைச் சக்கரெ... கியூப்க... நாட்டு சக்கரை... சுகர் பிரி சக்கரைன்னு எல்லாம் இருக்குது..."

விஸ்வம் சுகர் பிரி சக்கரையைத் தேடி எடுத்துப் போட்டுக் கொண்டார். குரு அதன் வாசத்தை உணர்ந்தபடி குடிக்க ஆரம்பித்தான். இவ்வளவு சுவையாக சமீபத்தில் தேனீர் குடித்ததில்லை என முணுமுணுத்தான். காபி டேயில் ஒரு தரம் குடித்தது. இதே சுவையுடன்... அந்த முதலாளி தற்கொலை செய்துகொண்டு இறந்தது ஞாபகம் வந்தது. விஸ்வம் மெல்ல சுவைத்துக் குடித்தார்...

சுந்தர் நானூறு ரூபாயைத் தட்டில் வைத்தார். பெரிய தொகைதான். கிளம்பி விட்டார்கள். தேனீர் ஆசுவாசம் தந்தது போல் நடை இருந்தது.

"எங்க நம்மள டீக்கு காசு குடுக்கச் சொல்வாங்களோன்னு நான் பயந்து போயிருந்தேன் குரு."

"நானும்தா. என்னெப் பாத்துட்டு சில்லறையா இருபது ரூபா கேட்டார் சுந்தர். பத்து ரூபாதா இருந்துச்சு. அதுகூட என்கிட்ட இல்லெ. ஒரு நிமிசம் நடுங்கிப்போயிட்டன்... நல்லவேளை ரூசன் தந்தார்."

நேரம் கழிந்துவிட்டதன் அடையாளமாய் விஸ்வம் விரைசலாக நடக்க ஆரம்பித்தார், அவரின் செருப்பு கால்களிலிருந்து விலகிக்கொண்டு சப்தமெழுப்பியது. நீண்டு கிடந்த சாலையில் வாகனங்களின் நடமாட்டம் குறைவாகத்தான் இருந்தது. அடையாளம் தெரியாத புது நாய்கள். ஓரங்களில் படுத்துக் கிடந்தன. ராட்சத மனிதனைப்போல் ஒரு தபால் பெட்டி

வலுவாகத் தன்னை ஊன்றிக்கொண்டு நின்றிருந்தது.

சிகை அலங்காரக்கடை முன் ஒரு வயதானவர் விழுந்து கிடந்தார்.

"ப்ளீஸ்... ப்ளீஸ்..."

விஸ்வத்தின் நடை தொடர்ந்துகொண்டே இருந்தது. குரு நடையை மெதுவாக்கி அவர் பக்கம் சென்றான்.

"ஷோ ரெஸ்பெட் பார் மை ஏஜ்... ஷோ ரெஸ்பெட் பார் மை ஆர்ட் ஒர்க்... அய் ஏம் எ பிலிம் டைரக்டர்."

சற்றுச் சப்தமாகவே வயதானவர் சொல்லிக்கொண்டிருந்தார்... மதுவாசனை அவர் பக்கமிருந்து வந்ததைக் கண்டுகொண்டான் குரு.

23

சற்றே பருத்த கருத்த நிற வவ்வால் ஒன்று வாஷ்பேசினுக்கு மேலே சுவரில் ஒட்டிக்கொண்டிருந்தது. அதன் சிறகுகள் சற்றே விரிந்தது போல் இருந்து பின் அசையாமல் கிடந்தது. ரத்னாதேவியின் வீறிடல் அந்தக் குளியல் அறைச் சுவர்களில் மோதி பெரிதாக ஒலித்தது. அதுவும் அவளின் காதுகளில் மீண்டும் மீண்டும் திரும்ப ஒலித்துக் கொண்டிருந்தது.

அவள் வீறிட்டபடி வரவேற்பு மேசையின் முன் நின்றிருந்தாள். மேசையை அவள் பிடித்த இறுக்கத்தில் அது சற்றே நடுங்குவதாக இருந்தது. மேசையின் மேலிருந்த கண்ணாடிக்குப்பி அசைந்து நிலைகுலைந்தது.

“என்ன என்ன...”

“ஒரு வவ்வால்...பெரிய வவ்வால், கருத்த வவ்வால். ரூம்லே...”

ரத்னாதேவி பாவாடையைக் கழுத்து வரையிலும் மேலேற்றிக் கட்டியிருந்தாள். வரவேற்பறையில் இருந்தவர்களின் பார்வை அவளின் உடம்பு மீது படர்ந்தது. சீக்கிய உடையுடன் ஒருவன், கால் வரைக்குமான பைஜாமா அணிந்த ஒருவன், தாடியை நீவி விட்டுக்கொண்டிருந்த ஒருவன் என்றபடி பலரும் இருந்தார்கள்.

“கியா... வாட்?”

“வவ்வால்.”

ஆங்கிலத்தில் சொல்ல முயற்சித்து வார்த்தைகள் கிடைக்காதது போல் திணறினாள். அந்த அறையில் இருந்த படங்களைப் பார்த்துக்கொண்டாள். துர்க்கை மாதிரி பெரிய படம் ஒன்றில் சிரித்துக் கொண்டிருந்தாள். வவ்வாலை சுவர் படங்களில் தேடுவதாக இருந்தாள்.

விறுவிறுவென்று அறைக்குத் திரும்ப அவள் நடக்க அவள் பின்னால் வந்தவன் கையில் இருந்த தடியைத் தட்டியபடி உள்ளே நுழைந்தான். சுற்றும் முற்றும் பார்த்தவன் போல் நெடு நேரம் கழித்துத் திரும்ப வெளியே வந்தான். குச் நஹி... குச் நஹி என்றான். இப்போது நான்கைந்து பேர் அங்கு நின்றிருந்தார்கள். அவர்களின் பார்வை அவளின் உடம்பு மீது சிறு பூச்சியாய் ஊர்ந்துகொண்டிருந்தது.

பிரம்மையா... அவ்வளவு பெரிதாய், கறுப்பாய் வெள்ளை பளிங்குக் கற்கள் புதைக்கப்பட்ட சுவரில் ஒட்டிக் கொண்டிருந்ததே. எங்கு போய் விட்டது. அல்லது தன் பார்வை பிசகி கற்பனையை வளர்த்து விட்டதா...

“குச் நஹி பேட்டி. குச் நஹி...”

அந்தக் குரலுக்குரியவருக்கு நன்றி சொல்வது போல் அறைக்குள் சென்றவள் தலையை நீட்டியபடி பார்த்தாள்.

“உங்க பிரண்ட் எங்க. மிஸ்ஸிங். காணாமப் போயிட்டார்.”

“எல்லாருந்தா இருபத்தொன்பதாம் தேதிக்குப் பிறகு இங்கிருந்து காணாமப் போயிருவம்.”

“ஓ... அதுவரைக்குந்தா ரூம் புக் பண்ணியிருக்கியா?”

“பிலிம் பெஸ்டிவல் மூடிஞ்சிரும்.”

“ஓ... அச்சா...”

ஏனோ ரகசியமான பல முகங்கள் அவள் மனதில் வந்து போயின. எப்படி இங்கு வந்தாய் என்று கேட்டுக்கொண்டாள். மனசு பலவீனமாகிவிட்டதா. நிலைகொள்ளாமல் தவிக்கிறதா.

பாதுகாப்பு இல்லை என்று சொல்கிறதா. எரிச்சலாகிவிட்டதா. திடும் திடும் என இதயம் பெரிதாய்த் துடித்துக்கொண்டே இருக்கிறதா . அமிலம் பட்டு சிதைந்துபோன பல முகங்கள் மனதில் வந்து போயின. மனதை சுண்டிவிடும் காய்கள் எங்கிருக்கின்றன. குற்றங்களின் பின்னணிபோல் எந்தச் சம்பவம் பயம் கொள்ளவைக்கிறது மனம் ஒரு விசித்திரம் என்று சொல்லிக்கொண்டாள்.

இருட்டு விலகுது என்று ஏனோ சொல்லிக்கொண்டாள்.

சென்ற மாதம் அவள் வீட்டில் ஒரு நாள் காலையில் ஒரு பருந்து வந்து உட்கார்ந்திருந்தது. எப்படி வீட்டுக்குள் வந்துவிட்டது. வெளியே எங்கும் பார்த்ததில்லை. அபசகுனம்போல் சொல்வார்களே. எப்படி சாத்தியமாயிருக்கும், ஆனால் உள்ளே வந்து மேசை மீது நிதானமாய் உட்கார்ந்திருந்ததே. எப்படி சாத்தியமானது. இந்த வவ்வால் பிரமையா என்ற எண்ணம் வந்தது. ஆனால் அந்தப் பருந்து நிஜம். ரொம்ப நேரம் அதைப் பார்த்துக்கொண்டே இருந்தாள். பிறகு அது கூரிய விழிகளால் ஏதோ சொல்லிவிட்டுப் பறந்துவிட்டது. இந்த வவ்வால் எப்படி வந்தது. எப்படிக்காணாமல் போனது.

“எல்லாரும்தா சீக்கிரம் இங்கிருந்து காணாமப் போயிருவம்....”

24

கதவு படபட்வென்று தட்டப்படும் சத்தம் ரகுவரனைப் படுக்கையிலிருந்து உடனே எழச்செய்தது. எதற்காக இந்த நேரத்தில் தட்டுகிறார்கள். பகல் நேரத் தூக்கத்தைக் கெடுக்கிறார்கள். உடம்பு வியர்த்து பனியனிலிருந்து ஈர வாசம் வந்தது.

கதவைத் திறந்தபோது அறைப் பையன் அந்த விடுதியின் பெயர் பொறித்த சட்டையுடன் தென்பட்டான்.

“என்ன டீ நேரம் ஆயிருச்சா. அப்புறம் சாப்புட்டுக்கறன்.”

“டீ நேரமில்லெ சாப். என்னமோ அலறின சப்தம். அய்யோ அய்யோன்னு அலர்ற சப்தம்.”

“அப்படியா. சாரி. ஏதோ கனவா இருக்குமோ!”

கனவுதான். அவனை நாலைந்து பேர் சேர்ந்து இழுத்துக் கொண்டு போகிறார்கள். மன நோயாளி விடுதியா என்று சந்தேகம் வந்து விடுகிறது. ஆனால், மதுப் பழக்கம் மறுவாழ்வு இல்லம் என்று அவன் கண்களில் போர்டு பட்டது ஆறுதல் தருகிறது. நாலைந்து பேர் அடிக்கிறார்கள்.

“பொண்டாட்டியை வீட்லே அடிச்சியே. அவங்களுக்கு வலிச்சிருக்காதா...”

“தண்ணியடிச்சிட்டு எங்கெங்கையோ வுழுந்து கெடந்தே அவங்க அவமானப்பட்டிருக்க மாட்டார்களா... .எல்லாத்துக்கும் சேத்து வாங்கிக்க...”

“பிரேயர் சொல்ல மாட்டீங்கறே. அதுக்கும் சேத்து வாங்கிக்க.”

“ரொம்ப அடிக்காதீங்க வலிக்குது.”

“குடிச்சிட்டு நீ பண்ற ரகளையிலே மத்தவங்களுக்கு வலிக்காதா...?”

உடம்பில் தாறுமாறாய் அடிகள் விழுகின்றன. ஒற்றைக்காலில் நிற்கச் சொல்கிறார்கள். ஒற்றைக் காலிலேயே அடிவிழுகிறது. அவன் அலறிக்கொண்டிருந்தான். கனவில். வாய்விட்டு அலறி விட்டோமா.

படீரென்று கதைவைச் சாத்திக்கொண்டான். அறைப்பையனின் அதிகப்படியான கேள்விகளைத் தவிர்த்துவிட்டான். அவன் அறைப் பையன். வயது அறுபதாவது இருக்கும். ஆனால் பெயர் அறைப் பையன். அறையில் இருக்கிறோம் என்று தெரிந்தால் காலையும் மாலையும் தேனீர் வாங்கி வரட்டுமா என்று கேட்டுக் கதவைத் தட்டுவான். அறைக்குள் கிடக்கும் தண்ணீர் பாட்டில்களைச் சொல்லிவிட்டு எடுத்துப் போவான். அவன் வைத்திருக்கும் பிராண்டு, விஸ்கி பாட்டில்களின் அளவு அவ்வப்போது குறைவது அறைப் பையன்கள் மேல் சந்தேகத்தைக் கிளப்பியிருக்கிறது. சிப்ட் மாறி வேறு பையன்களும் வந்து போவார்கள். இவன் மட்டும் கண்ணில் படுகிறான்.

“பிராண்டி விஸ்கின்னு குடிக்கிறீங்க.பென்னி குடிக்கறீங்களா. அது வுடம்புக்கு நல்லது. வெலை குறைவு” என்றான் ஒரு நாள்.

“அதுவும் குடிச்சுப் பாத்தன். குடிக்கறக்காகத்தான் இங்க வர்றதே”

“யுராக் சாப்பிட்டிருக்கீங்களா?”

“அது என்ன?”

“பழச்சாறு!”

“போதை வருமா. அராக்கா?”

“போதை வரும் அராக் இல்லெ யுராக். இந்த கோவாவோட உள்ளூர் சரக்கு.”

“பென்னிதா கேள்விப்பட்டிருக்கேன்!”

“கோவாவிலெ இருக்கற கிராமங்கள்ல பண்ணுவாங்க. ஒரு லிட்டர் நூறு ரூபா. பாண்டா மாதிரி... போதை வரும்.”

ஊருக்குப் போகும் போது சொல்றேன். கொஞ்சம் வங்கிட்டுப் போறன். இந்தச் சரக்குக்கு முன்னாலெ அது சாதாரணமோ என்னமோ மொடாக்குடிகாரன் போலிருக்கீங்க சார் என்று சொல்லிவிட்டுச் சென்றான் அறைப் பையன்.

கனவில் நேர்ந்த வலி மிகுதல் போல் நேற்று நீச்சல் குளத்தில் மூச்சுத் திணறல் ஏற்பட்டுவிட்டது. அயனக்ஸ் திரையரங்கு போக வழக்கமான வழியைத் தவிர்த்துவிட்டு வேறு இடது பக்க வழியில் சென்றான். வீடுகள் அதிகம் அமைந்த பகுதியாக இருந்தது. வீட்டுக்கு வீடு சிறிய மதுக்கடை இருந்தது. கொஞ்ச தூரம் சென்ற போது ஒரு நீச்சல் குளம் இருந்தது. அரைமணி நேரத்திற்கு முந்நூறு ரூபாய் கட்டணம், நுழைந்து விட்டான். இடுப்பில் போட்டுக்கொள்ள பர்முடா ஒன்றைத் தந்தார்கள். அதற்கும் வாடகை. நீச்சல்குளம் சற்று ஆழமாகத்தான் இருந்தது. நீச்சல் தெரியாது. தண்ணீருக்குள் இருக்கப்போகிறோம். மாலை நேரம் இதமாக இருக்கும் என்று இறங்கியிருந்தான். சட்டென உடம்பு நனைந்து அவனையறியாமல் தலை தண்ணீருக்குள் செல்ல ஆரம்பித்தது. மூச்சுத் திணறியது. கைகளை வெளியே நீட்டி ஏதோ சத்தம் போட்டான். இரண்டு பேர் நீச்சல் குளத்தில் குதித்து அவனைக் கரைக்குக் கொண்டு வந்தார்கள்.

“என்ன... நீச்சல் தெரியாதா?” என்றான் ஒருவன்.

“என்ன... போதையிலெ இருக்கிறாயா?” என்று கேட்டான் இன்னொருவன்.

ரெண்டுக்கும் ஆமாதா...

“போதையிலெ இருக்கறது தெரிஞ்சா உள்ளே குதிக்க வுட்டிருக்க மாட்டம்.”

எல்லா வளங்களும் எல்லாருக்கும் கிடைக்க வேண்டும். எல்லோரும் நன்றாக இருக்க வேண்டும். சக மனிதர்களுடன்

இயல்பாக இருக்க வேண்டும். மகிழ்ச்சியாக இருக்க வேண்டும் என்று அப்போது அவன் முனகிக்கொண்டது விசித்திரமாகத்தான் பட்டது அவனுக்கு. என்ன திடீர் பிரார்த்தனை. எப்போதுமில்லாதபடி...... மூச்சுத்திணறல் இப்படி எண்ண வைத்ததா... வேதாந்தியாக்கிவிட்டதா.

இங்கு தெருமுனையில் யாராவது கிடார் வாசித்துக்கொண்டு உட்கார்ந்திருப்பார்கள். அவர்களைப் பார்க்கத் தோன்றியிருக்கிறது. அவர்களுடன் பேசத் தோன்றியதில்லை. நாலைந்து பேர் சேர்ந்துகொண்டு ஏதோ இசைக்கு ஆடிக்கொண்டிருப்பார்கள். அவர்களுடன் ஆடத் தோன்றியதில்லை. தெருமுனை ஆலமரத்தடியிலிருக்கும் மண் பானையிலிருந்து யாராவது தண்ணீர் எடுத்துக் குடித்துக்கொண்டிருப்பார்கள். ஆனால், தாகம் இருந்தாலும், அந்தத் தண்ணீரைக் குடித்ததில்லை.

ஷவரினை மூடப்போய் அது வேறு திசையில் திரும்பியது போல் தண்ணீர் பீச்சியடித்து அறை முழுக்கத் தண்ணீரின் ஈரம் பரவியது. அதுபோல் அபூர்வமாய் எதுவும் நடக்கவில்லை.

அயனக்ஸ் காம்ளக்சில் சில நாட்கள் கோமாளி வேடம் போட்டு ஒருவன் நடமாடிக்கொண்டிருந்தான். அவன் ஓரிரு நாட்கள் திரைப்பட விழா வளாகம் முன் உட்கார்ந்திருந்தான். லேசாக உடம்பை அசைத்து நடமாடிக்கொண்டிருந்தான். அவனை உள்ளே விடவில்லை போலிருந்தது. பிறகு. வளாகத்தில் நுழைந்து பலருடன் புகைப்படம் எடுத்துக்கொண்டான்... திரைப்பட விழா அட்டை வைத்திருந்தான். அவனைத் திரையரங்கினுள்ளே விடுவதில் பல சிரமங்கள் இருந்ததைப்போல் அவனை உள்ளே விட மறுத்தார்கள். அவனின் கோமாளி உடையினையும் அதன் உள்ளே வைத்திருந்த பல பொருட்களையும் கைப்பற்றி வைத்துக் கொண்டு உள்ளே அனுமதித்தார்கள். படங்கள் பார்ப்பதை இழக்கக் கூடாது என்பது போல் அவன் பல சமயங்களில் சாதாரண உடையில் நடமாட ஆரம்பித்ததைக் கவனித்தான்.

தானும் அவனைப்போல ஒரு கோமாளியாகப் பலரின் பார்வையில் பட ஆரம்பித்துவிட்டோமா என யோசிக்க ஆரம்பித்தான் ரகுவரன்.

25

படபடவென்று கதவு தட்டப்படும் சத்தம் கேட்டது. எபினேசர் கால்களை விரித்துக்கொண்டு படுக்கையில் கிடந்தவர் இடுப்பிலிருந்த பெர்முடாஸ் தாறுமாறாய் கலைந்திருக்க சட்டென எழுந்தார்.

“மெல்ல எந்திருங்க. எதுக்கு இப்பிடி நெஞ்சு வலி வந்தாப்பலே சட்டுன்னு எந்திரிக்க வேண்டாமுன்னு சொல்லியிருக்கன்லே.”

கிளாரா ஒருக்களித்துப் படுத்துக்கொண்டே சொன்னாள். அவள் பகல் தூக்கத்தை அனுபவிப்பவள் போல் கிடந்தாள்:

“படபடன்னு கதவைத் தட்டறானுகளே, நாம இன்னிக்குப் பாத்த நன் படத்திலெ சாத்தான்க கன்னியாஸ்திரிகளோட அறைக்கதவைத் தட்டற மாதிரி...”

“அந்தப் படத்தெ மறந்துட்டுப் பேசுங்க. அந்தக் கன்னியாஸ்திரிக விரட்டுன விரட்டிலே ரூம்லே வந்து உட்காந்ததே போதும்.”

கதவைத் திறந்தபோது அறுபது வயது அறைப் பையன் நின்றிருந்தான். அவன் கையில் இருந்த காலியான பாட்டில்கள் வெவ்வேறு நிறங்களாய் சூரிய ஒளியில் பிரகாசித்தன.

“டிப்ஸ் குடுத்திட்டுதானே காலி பண்ணுவீங்க.”

“காலி பண்ண இன்னம் ரெண்டு நாள் இருக்கு.”

“உங்க குரூப் எல்லாரும் சேந்து ஒண்ணா வாங்கிக் குடுத்துட்டா சவுகரியமா இருக்கும்.”

“அதெல்லாம் நான் பண்ண முடியாது. நீயே வாங்கிக்க.”

“யாருங்க அது...”

“ரூம் பாய்.”

“யேசப்பா. இந்தக் காணிக்கை என்ன... இவனுக்குக் காணிக்கை வசூல் பன்ற வேலையை நம்ம கிட்டக்குடுக்கறான் பாரு, கொஞ்சம் ரெஸ்ட் எடுக்கலாமுன்னு வந்தா தொல்லையாப் போச்சு...”

நன் என்ற ருமேனியா தேசத்தில் நடக்கும் ஒரு படத்திற்கு எபினேசர் மனைவியுடன் கலா அக்காதமி திரையரங்குக்குச் சென்றிருந்தார், அதில் ஒரு கன்னியாஸ்திரி தூக்கிலிட்டுச் செத்து விடுகிறாள். அதை விசாரிக்க ஒரு பெண்ணும் ஒரு பாதிரியும் வருகிறார்கள். ஒரு ராத்திரிதான் தங்குகிறார்கள். அதற்குள் பெண் சாத்தான்கள் வந்து அவர்களை இம்சிக்கிறார்கள். பெண் சாத்தான்கள் வாயிலிருந்து பக்கட் பக்கெட்டாக ரத்தம் வழிகிறது. பிளாஸ்டிக் பைப் போல் நாக்குகள் நீள்கின்றன. யேசுவே என்று படத்தில் பெண்ணும் பாதிரியும் அலறுவதைப் போல கிளாராவும் அலறி திரையரங்கிற்கு வெளியே போகலாம் என்று வந்து விட்டாள்.

“என்ன இந்தத் தரம் இந்த மாதிரிப் படங்க ரொம்பவும் அதிகமாப் போச்சு.”

“எப்பவும் இருக்கறதுதா. நாம தேவையில்லாமெ மாட்டிட்டம்...”

“சினாசிப்ஸ் ஒழுங்காப் படிச்சீங்களா. மாங்கு மாங்குன்னு ரேட் என்ன, கதை என்னன்னு பாப்பீங்களே...”

“எதேதோ மிஸ் ஆகுது...”

எபினேசர் தமிழக அரசு தோட்டக்கலைத் துறையிலிருந்து ஓய்வு பெற்றவர். மகன் அமெரிக்காவில் இருக்கிறான். சுற்றுலா

போகும் ஒரு குழுவில் சேர்ந்து கொண்டு பல இடங்களுக்குச் சென்று வந்து அலுத்தவர். பெரும்பாலும் அக்குழுவில் இந்துக் கோவில்களுக்குத்தான் அதிகம் செல்கிறார்கள் என்பது அவரின் விருப்பமின்மையாக இருந்தது. மூன்று ஆண்டுகளாய் கோவா திரைப்பட விழாவிற்கு வருகிறார். அவரும் எழுபதைத் தாண்டி விட்டார்... படம் பிடிக்கவில்லை என்றால் வெளியேறிவிடுவது அவரின் வழக்கமாக இருந்தது. பாலியல் காட்சிகள் உள்ளவை, கிறிஸ்துவ மதத்திற்கு எதிரானவை என்றால் இடையில் வெளியேறி விடுவார்.

சுவரில் மாட்டப்பட்டிருந்த சிலுவைகள் இடம்மாறின. தங்களைத் தலைகீழாக்கிக் கொண்டன. பின் தீயிட்டு எரிந்தன. கிளாராவுக்கு எரிச்சலாகத்தான் இருந்தது. கன்னியாஸ்திரி கயிறு மாட்டித் தொங்க கருங்காக்கைகள் அவளின் உடலைச் சிதைத்து மகிழ்ந்தன... காண சகிக்காதது போல் எழுந்துவிட்டார்

“பைபிள் கடவுள் நமக்கு எழுதிய கடிதம்” என்று நான் சொல்லிக்கொள்ளும் வசனம் படத்தில் இடம் பெற்றிருப்பதை இரண்டு முறை சொல்லிக்கொண்டாள் கிளாரா.

“உன் டயலாக்கெ காப்பி அடிச்சிட்டாங்களா. காப்பி ரைட் கிளைம் பண்ணப் போறியா...?”

லோகு கிருஷ்ணபிரபுவிடம் இவங்கெல்லா கதையைக் காப்பியடிக்கத்தான் வர்றாங்க என்று இரண்டு தினம் முன் பேசிக்கொண்டிருக்கையில் சொல்ல, அது களேபரமானது.

“நீ நான் எழுதுனதெ எதைப் படிச்சிருக்கே. எதெ நான் காப்பியடிச்சேன். எதனாலே இப்பிடிச் சொல்றே, நிரூபி. இல்லீன்னா வாபஸ் வாங்கு.”

மரியாதைக்குறைவாக கிருஷ்ணபிரபு பேச ஆரம்பித்தான். சூசன் சமாதானம் சொல்லித் தவிர்த்தார். லோகு மெல்ல அங்கிருந்து தாடியை நீவிக்கொண்டே நகர்ந்துவிட்டார்.

“சாமியார் மாதிரி இருக்கார். மெச்சூர்டா வார்த்தைகள் வர்றதில்லெ.”

“சரி... இந்த மாதிரிப் போர் அடிக்கிற படங்களெப் பாக்கறதுக்கு இந்தியன் பனோரமா படங்களெப் பாக்கலாம்.”

“நம்மாளுகதா இந்தியப் படங்கள் பாக்கறதெ கேவலம்ன்னு நெனைக்கற மாதிரிப் பாக்கறாங்களே...”

நேற்று அப்படிப் பார்த்ததில் கிளாராவுக்கு பயணகம் என்ற மலையாளப் படம் பிடித்திருந்தது.

“அவ்வளவு பெரிய தகழி நாவலிலிருந்து ரெண்டு சாப்டர் மட்டும் எடுத்து ஒரு படம் பண்ணியிருக்காங்களே.”

“நம்ம கிட்டயும் எவ்வளவு நல்ல நாவல்கள் இது மாதிரி இருக்கு. டைரக்டர்ஸ் படிக்கறதில்லெ. அசுரன்னு ஒரு படம் வந்ததுனாலே வெக்கைங்கற நாவல் பலருக்குத் தெரிய வந்துது. இப்போ அந்த நாவலை ரீபிரிண்ட் போடறப்போ அசுரன் சிம்பு படத்தெ அட்டையிலெ போட்டுதா கொண்டுட்டு வந்திருக்காங்க. பிசினஸ்... எல்லாம் பிசினஸ்.”

“இங்கு வந்தபின்னும் தமிழர்களாக இருந்துகொண்டு ஒத்தெ செருப்பு படத்திற்கும், இளையராஜா கச்சேரிக்கும் போகாமல் இருந்தால் அவமானம் என்றார் விஸ்வம், நேற்று அதைப்பற்றிப் பேச்சு வந்தபோது.”

“ஜெயகாந்தனுக்குப் பிறகு அந்தத் தகுதி யாருக்கும் இல்லாமெப் போச்சு. எழுத்தாளர்களின் கற்பனை வளமானது. அதைப் படமாக்க சிந்தனையும் வேணும். தணிக்கையும் வேணும். அனுபவங்கள் கொட்டிக்கிடக்கற இலக்கியத்திலிருந்து கதையை எடுக்காமெ வீடியோக்குளையும் இந்த மாதிரி ஃபெஸ்டிவல் படங்களுக்குள்ளயும் தேடறாங்க” என்றார் ஜூசன்.

“பாலுமகேந்திராவின் கதை நேரம் ஒரு சாட்சி. அந்த லெவல்லே கூட இலக்கியத்திலிருந்து திரைக்கு வர்ற தைரியம் நம்மாளுகளுக்குக் கெடையாது.”

நாவல் தனிநபர் வசதிக்கேற்ப உருவாவது. திரைப்படத்தில் எல்லோருக்குமான பொதுமைப்படுத்தல் முக்கியம் என்று எபினேசர் சொன்னார்.

சபை அதன்பின் கலைந்தது அடுத்த படத்தின் நீண்ட வரிசைக்குள் முடங்குவதற்காக, ஜன்னல் பக்கம் சென்றபோது இருட்டு மெல்ல ஆக்கிரமித்து வருவது தெரிந்தது. நட்சத்திர விளக்கு ஒன்று கிறிஸ்துமஸ் காலத்தை அவருக்கு நினைவூட்டியது இன்னும் ஒரு மாதமிருக்கிறது கிறிஸ்துமசிற்கு. ஆனால் பனாஜி தெருக்களில் கிறிஸ்துமஸ் பொருட்கள் கடைகளில் சுலபமாகத் தெரியுமாறு வைக்கப்பட்டு காட்சியளித்தன... பகலில் தூங்கியாயிற்று இரவில் தூக்கம் வருமா என்ற சந்தேகம் அவருக்குள் வந்தது.

இப்பத்தா தூங்கியெந்திருச்சேன். மறுபடியும் ராத்திரி வந்திருச்சா... மறுபடியும் தூங்கணுமா என்ற திரைப்பட வசனம் ஒன்று அவரின் முகத்தில் புன்னகையை வரவழைத்தது.

26

அந்த விளக்குக் கம்பத்தின் நடுப்பகுதியில் அந்தப் பெரிய அட்டை கட்டப்பட்டிருந்தது.

“கோவா இன்னுமொரு கேரளா ஆக வேண்டுமா” என்ற எழுத்துக்கள் கொட்டையாகத் தெரிந்தன. அவை சிவப்பு நிறத்தில் மின்னின. அதன் கீழ் எழுதப்பட்டிருந்த சிறு எழுத்துக்களான வாசகங்களை கிருஷ்ணபிரபுக்கு முன் இருந்தவர்களின் உடம்புகள் மறைத்தன. கேரளாவின் வெள்ளம். இயற்கைப் பேரிடர் போல் கோவா தனியார் சுரங்கங்கள், இரும்புத்தாதுக்கள் வெட்டியெடுப்பு, ஏழு கோவா நதிகளின் அவலம், லட்சக்கணக்கான மரங்களை வெட்டி மெட்ரோ ரயில் பாதை அமைத்தல் என்ற பட்டியல் தென்பட்டது. பாரத மாலா, சங்கர் மாலா திட்டங்கள் தேவையா என்ற கேள்வியை எழுப்பியது.

ஏதேதோ முணுமுணுத்தபடி பலர் அதைப் பார்த்துப் படித்தும் நகர்ந்துகொண்டிருந்தனர். மீன் மார்க்கெட் வீதியில் வகைவகையாய் மீன்களைக் குவித்து தங்கள் உடைகளை உடம்பிலிருந்து ஒதுக்கி உட்கார சவுகரியங்களைச் செய்துகொண்டு பெண்கள் சின்னச் சின்ன ஸ்டூல்களில் உட்கார்ந்திருந்தார்கள்.

பிளக்ஸ், பிளாஸ்டிக் துணிகள் கூடாரங்களாயிருந்தன. சிலர் தட்டையான கற்களை நாற்காலிகளாக்கியிருந்தனர். உட்கார்ந்திருந்த கோலத்திலிருந்த திமிர் வாடிக்கையாளர்களை அழைப்பதில் கரைந்துபோய்விட்டது.

பத்தடி வடக்குப் பகுதியில் இருந்த வீதியின் மின்கம்பங்களிலும் பிரத்யேகமாய்ப் போடப்பட்ட திரைப்பட விழா விளம்பரக் கம்பங்களிலும் திரைப்பட விழாவின் ஐம்பதாம் ஆண்டு பற்றிய செய்திகளும் ஓவியங்களும் சில கிலோமீட்டர்களுக்கு நீண்டிருந்தன. அந்தப் பதாகைகளுக்கு இடையில் ஒளிந்து கிடந்தது.

“கோவா இன்னுமொரு கேரளா ஆக வேண்டுமா.”

இதுவே கேரளத் திரைப்படவிழாவென்றால் ஏதோ முக்கிய இடத்தில் இது குறித்த ஆர்ப்பாட்டமோ, கலை நிகழ்ச்சியோ வேறு வடிவத்தில் தென்பட்டிருக்கும். கேளிக்கைகளுக்கு மத்தியில் கேரளா பற்றியா என்ற நினைப்பும் வந்தது கிருஷ்ணபிரபுக்கு. உள்ளூர் கோவா மக்களைத் தவிர்த்துவிட்டு இந்தத் திரைப்பட விழாவில் கேரளப் பிரதிநிதிகள்தான் அதிகம். அவர்கள் சார்பிலான குரலா... காற்று, ஒலி மாசு பற்றி அந்தப் பிரசுரம் பேசவில்லையோ என்ற நினைப்பு மீன் விற்கும் பெண்களின் உரத்த குரல்களால் ஞாபகம் வந்தது.

சென்றாண்டில் அந்த வீதியில் இருக்கும் ஒரு சிறு கடையில் வழக்கமாய் அவன் மதிய உணவு சாப்பிடுவான். பிஸ் மீல்ஸ் இருக்கும். இந்த முறை முதல் நாளே அங்குதான் சென்றான். ஒரு மீன் துண்டு வறுவல், சிவப்பு நிறமாய் ஒரு கிண்ணத்தில் தண்ணீர், முட்டைக் கோஸ் பொரியல், ஒரு சப்பாத்தி. ஒரு கையளவு சாதம் இருக்கும். ஆனால் பிஸ் மீல்ஸ் இல்லையென்றான். பக்கத்திலிருப்பவன் பிய்த்துக்கொண்டிருக்கும் பரோட்டாவோ அதற்குத் தனியாக வாங்க வேண்டிய குருமாவோ மனதில் வரவில்லை. மெனு அட்டையைப் பார்த்துச் சலித்தவன் போல் சலிப்புடன் சிக்கன் பிரியாணி என்றான். இரண்டாம் நாளும் அதேதான். அப்போதுதான் மெனு கார்டைப் பார்த்தான். பிஸ் மீல்ஸ் பட்டியலில் இல்லாதது தெரிந்தது. அப்போதுதான்

கல்லாவில் இருப்பவனைக் கவனித்தான். சென்ற ஆண்டில் இருந்தவன் கேரளத்துக்காரர் என்பது ஞாபகம் வந்தது... இது வடக்கத்திய முகம். கொங்கணி முகமாகக் கூட இருக்கலாம். பிஸ் மீல்ஸ் என்றால் நூறு ரூபாய்க்குள் அடக்கிவிடலாம். அளவு குறைவுதான் போதும். ஆனால் வேறு அயிட்டத்திற்குச் சென்றால் பட்ஜெட் எகிறிவிடும்

அந்தக் கடையைத் தாண்டினால் ஆட்டுக்கறிக்கடைகளும் பெரிய அளவிலான காய்கறி மார்க்கெட்டும் இருக்கும். அந்த வீதியில் இருக்கும் கடைகள் சின்னதானவை. விஸ்தாரமாய் இராது. சாப்பட்டுக் கடைகள் இருக்காது. அடுத்த வீதியைத் தாண்டிப் போகவேண்டும். குரு இன்னுமிரண்டு வீதிகளைத் தாண்டி ரொட்டிக்கடை ஒன்றுக்குச் செல்வான். கொஞ்சம் சாப்பாட்டுடன் ரொட்டிகள் மூன்றும் இருக்கும். எண்பது ரூபாய்தான் தனக்குத் தாக்குப்பிடிக்கும் என்பான்... காலையில் சாப்பிடும் பிரெட் நல்ல பசியைக் கிளப்ப வெகு வேகமாய் நடந்து செல்வான்.

முந்தையப் படம் சற்றே பெரிதாக இருந்துவிட்டால், சாப்பாடு நேரம் பொறுமையில்லாததாகிவிடும். டிக்கெட் இருந்தாலும் திரையிடலுக்கு பதினைந்து நிமிடம் முன் கதவினை அடைத்து விடும் சட்டத்தால் அவுக் அவுக் என்று அவசரமாய் உண்ண வேண்டியிருக்கும். சாப்பாட்டு மேசையில் உட்கார்ந்து கால்மணி நேரம் காத்திருக்க வேண்டும். அரே பாய்... அரே பாய் என்று எதையாவது சொல்லி யாரையாவது அழைக்க வேண்டியிருக்கும்...

குருவிற்கு சீக்கிரம் இருபத்தொன்பதாம் தேதி வந்து விட வேண்டும் என்ற ஆசை வந்துவிட்டது. ஊருக்குப் போகணும். அம்மாவெப் பாக்கணும். கடன் வேறு ஏறிவிடக் கூடாது. தப்பிச்சிரணும் என்று சொல்ல ஆரம்பித்துவிட்டான்.

“டிரெயின்லே இப்போ தீடீரின்னு டிக்கட் கெடைக்காது. முந்தி புக் பண்ணுனதெ கான்சல் பண்ணுனா நிறைய காசு போயிரும். செரி. இருபத்தொன்பதாம் தேதி வரைக்கும் காத்திருக்கலாம் என்று இருந்தான்.”

“இருபத்தொன்பதாம் தேதி கடைசி நாள். குளோசிங் செர்மனிக்கு இருக்க மாட்டே. நான் அதெல்லாம் பாத்துட்டு அடுத்த நாள்தா கெளம்பறேன்.”

“அதிர்ஷ்டசாலி நீங்க. கவர்மெண்ட் உத்யோகம் சவுகரியம். மெடிக்கல் லீவ்னு போட்டுட்டு இருக்கலாம். ஃபெஸ்டிவல்க்கு வந்துட்டு ஊர்லே எதுவும் பாக்காமெ போறம்ன்னு ஒரு வருத்தம் இருக்கு. வெளியே தனியா போனா சிரமம். செலவும் அதிகம்கறது தயக்கமா இருக்கு.”

“நிறைய மிஸ் பண்றியா குரு. மிஸ் பண்றேன்னு வருத்தமா இருக்கா.”

“ஆமா நிறைய... நிறையா.”

பத்து காலி பீர் பாட்டில்கள் மேசையின் அவனின் முன்னால் இருக்க புதிய பாட்டிலுக்கு ஆர்டர் செய்யவேண்டும். பீர் பாட்டில் முனையில் தீ எரிகிற மாதிரி வைத்துக்கொண்டு வீசிப் பிடிக்க வேண்டும், பீர் பாட்டிலை ஓபனர் இல்லாமல் பல்லில் கடித்துத் திறக்க வேண்டும் கோமாளி முகமூடியை வாங்கி மாட்டிக் கொண்டு படம் பிடிக்க வேண்டும். பீர் பாட்டிலொடு கையில் சிகரெட்டும் இருக்க வேண்டும். பிக்னி டிரஸ் போட்ட நீச்சல் பெண்களுடன் படம் எடுத்துக் கொள்ளவேண்டும்... சின்னதாய் டாட்டு - மச்சம் குத்த வேண்டும். அம்மா பழைய மனுசி. கைகளிலும் தோளிலும் மச்சம் குத்தியிருக்கிறாள். இங்கு எடுத்த புகைப்படங்களை முகநூலில் போடவேண்டும். கூட வந்தவர்களின் பெயர்களை முகநூல்களில் சேர்க்கவேண்டும். அவர்கள் எடுத்த படங்களைப் பார்க்கவேண்டும்.

“நெறைய வேண்டும் வெச்சிருக்கே குரு வைரமுத்து வேண்டும் வேண்டும்ன்னு பாடுன மாதிரி நீயும் பாடரியே.”

“நேத்து ஃபெஸ்டிவல் காம்ளக்ஸ் உள்ள பழைய புத்தகக்கடையிலெ நீங்க புத்தகங்கள் தேடிட்டு இருந்தப்போ எதிர்த்த மாதிரி உட்கார்ந்திருந்தேன். பின்பக்கம் நாலைஞ்சு பொம்பளைக. விவாதம் பெரிசா இருந்துச்சு. இப்பிடி.”

“என்ன தினம் ஒருத்தன்னு நீ திரியறே. படுக்கறே. நல்லா இருக்கா.”

“யாரைத் தேர்வு பண்றதுங்கறது என் சாய்ஸ். யாரையும் கேட்டுக்க வேண்டியதில்லெ.”

“சுதந்திரமா இருக்கறதுக்கு உன்னெ ரோல் மாடலா எடுத்துக்கணும்ன்னு நெனச்சேன். உன்னோட ரோல் மாடல் எனக்கு வேண்டா.”

“நான் ரோல் மாடல்ன்னு சொன்னனா.”

“எங்கம்மா சொல்வாங்க. அம்மாவா இருக்கறது எவ்வளவு கஷ்டம். நீ அது மாதிரி ஆனாத்தா தெரியும்பாங்க.”

“உங்க அம்மாவா நீ இருந்து பாரேன். இங்கெல்லா எதுக்கு வாரே... அயம் எ ஸ்டிராங்க் கேர்ள். அது எனக்குப் போதும், நான் ஏதோவொரு வகையிலே என்னை சுத்தமாக்கிக்கத்தான் இங்க வர்ரன்.”

“நாங்கெல்லா மாசம் மூணு நாள் அந்தக் கருமத்தெ வெளியேத்தி சுத்தமானாத்தா சுத்தமாகறது ஞாபகம் வருதுன்னு பேசிட்டாங்க பாரு. எனக்குத் திரிலிங்கா இருந்துச்சுங்க.”

“வெரி இண்டர்ஸ்டிங்”

“நான் சொன்ன மாதிரி உங்களுக்கு வேண்டும்கள் பிரார்த்தனை இருக்கா.”

“நேத்து உள்ளூர்லே மேதா பட்கர் இருந்தாங்கன்னு கேள்விப்பட்டேன். சூழல் காப்பா முன்னேற்றமாங்கற தலைப்புலே பேசற ஒரு கூட்டம் போக ஆசப்பட்டன். ஒரு நாள் பீச்சுக்குப் போக நூறு ரூபா பனியன் கோவா பேர் போட்டது வாங்குனன். நூறு ரூபா கூலிங் கிளாஸ் வாங்கினன். போனதரம் அக்னி புத்ரன் வந்திருந்தார். மேதாபட்கர் மாதிரியே இங்க சுற்றுச்சூழல் பேசற போராளி கிளவுட் ஆல்வாரிசை பாக்கணும்ன்னு கோத்தகிரியில இருக்கற எஸ்வி ராஜ்துரைக்குப் போன் பண்ணி அவங்க போன் நெம்பர் கேட்டார். கெடைக்கலே. அவர் வீடு இங்கிருந்து பத்து பதினஞ்சு

கிலோ மீட்டருக்கு அந்தப் பக்கம் ஒரு கிராமம்ன்னாங்க. அங்க போகணும். கோவா டிரிங்க் பென்னி சாப்புடணும்... ஆர்ட் எக்ஸ்பிசன்ஸ் போகணும். மரிய மிராண்டான்னு ஒரு ஓவியர் இருந்த வீடு... அவரோட காலரி பாக்கணும். சாகித்ய அகாதமி டிராவல் கிராண்ட்லே இங்க வந்து ஒரு வாரம் தங்கியிருந்த ஒரு எழுத்தாள நண்பர் கொங்கன் கோவா அகாதமி போயி சில எழுத்தாளர்களைப் பாக்கச்சொன்னார். அகில இந்திய வானொலி, கவர்னர் வீடெல்லா, அதுதா ராஜ்பவனெல்லா அந்தப்பக்கம் இருக்கற அழகான எடம்னார். ஒரு நாள் அவகாசம் இருக்கு பெஸ்டிவல் முடிஞ்சப்புறம். இத்தனையும் முடியுமான்னு தெரியலே. பெஸ்டிவல்க்கு வந்தா ஊரைச் சுத்தாமெ அதோட போறது வருத்தமா இருக்கு."

"வருத்தம் தொடர்கதையா?"

"பிலிம் பெஸ்டிவல் கூட தொடர்கதைதா குரு!"

"அடுத்த வருசம் வருவனான்னு தெரியலே. இந்தத் தரம் கடன் வாங்கிட்டு வந்தேன். பேராசைதா."

"அப்போ வருத்தம் தொடர்கதைதான்."

கிருஷ்ணபிரபு அவுக் அவுக் என்று அவனுக்குப் பிடிக்காத பரோட்டவைத் தின்றுவிட்டு அடுத்த திரைப்படத்திற்கான வரிசையில் நிற்கும் வேலையில் வேகமாய் திரும்பிக் கொண்டிருந்தபோது அந்த மின் கம்பத்தின் நடுப்பகுதியில் இருந்த "கோவா இன்னுமொரு கேரளா ஆக வேண்டுமா" பிரசுரத்தை சிவப்புத் தொப்பி போட்ட காவல்துறையைச் சார்ந்த ஒருவர் கிழித்துக்கொண்டிருப்பது தெரிந்தது... கிழிப்பதைப் பார்க்கவும் ஒரு கூட்டம் கூடியிருந்தது.

27

ஓ மானே மானே... உன்னைத்தானே.

குருவின் மனதில் அந்தப் பாடலின் வரிகள் திரும்பத் திரும்ப வந்தன. இது நிச்சயம் இளையராஜாவின் பாடல் வரிகள்தான் என்று குரு நினைத்தான்.

இளையராஜா நிகழ்ச்சியில் முதல் மூன்றாம் வரிசையில் மேடைக்கு வெகு அருகாமையில் இடம் கிடைத்துவிட்டது அவனுக்கு. குளிர்பதனத் திரையரங்குதான். ஆனால் கூட்ட நெரிசலால் வியர்க்க ஆரம்பித்தது. பக்கத்திலிருந்த பலரும் உஷ் உஷ் என்றபடி வெப்பத்தை விரட்டிக்கொண்டிருந்தனர்.

கிருஷ்தான் குருவிடம் இளையராஜா நிகழ்ச்சிக்குப் பதிவு செய்துவிட்டாயா என்று கேட்டான்.

“இளையராஜா பத்தின படம்தானே போடறாங்க... டாக்குமெண்டரியா?”

“இல்லெ லைவ் புரகிராம். அவர் கச்சேரி நடத்தறார்.”

“கச்சேரியா?”

“ஆமா மாஸ்டர் கான்வர்சேசன்னு நிகழ்ச்சி. அவரோட பேட்டிக, சினிமா பாடல்கள் இசையமைக்கிற விதம்ன்னு

சுவாரஸ்யமாத்தா இருக்கும். அப்புறம் நம்மூர் ஆளு மாஸ்டர் பிலிம் பெஸ்டிவல்லே கச்சேரி பண்றது பெரிய விசயம்தானே... வேற படத்துக்கு புக் பண்ணியிருந்தா கேன்சல் பண்ணிட்டு இளையராஜாவை புக் பண்ணு. நம்ம தமிழர்கள் நிறைய அங்க இருக்க வேண்டாமா.”

ஜி 44 அடையாள எண்ணில் ஒரு ரஷ்யப் படம் பதிவு செய்திருந்தான். இவ்வாண்டு ரஷ்யப் படங்களுக்கு முக்கியத்துவம் என்பதால் அது மனதில் வந்தது. அதை நீக்கிவிட்டு ஜீ 43 ல் இளையராஜாவின் கச்சேரிக்குப் பதிவு செய்தான், நல்ல வேளை இடம் கிடைத்தது.

ஆனால், இடம்பிடிக்க ஒரு மணி நேரத்திற்கு முன்பே மதியம் இரண்டு மணிக்கே வரிசைக்கு வந்து விட்டான். கிருஷ் காணப்படவில்லை என்பதாய் நினைத்து, திரும்பத் திரும்ப திரையரங்கு முகப்பினையே பார்த்துக் கொண்டிருந்தான்... அன்றைக்கு பீகாக் நியூஸ் புல்லட்டின் வெகு தாமதமாக மதியம்தான் வந்திருந்தது. எல்லோர் கைகளிலும் பிரதிகள் இருந்தன. அவனும் பீகாக் இரண்டு மூன்று பிரதிகள் வழக்கமாய் எடுத்து வைத்துக் கொள்வான். ஃபிலிம் பஜாரில் சூசனிடம் எடுத்த பேட்டி வரும் என்று இரண்டு நாட்களாய் புரட்டிப் பார்த்தான் ஆவலுடன். மதுரைக்காரர்கள் எடுத்த படம் அசத்தல் என்றார் சூசன். அவர்களின் படமும் பேட்டியும் வந்திருந்தது கோவாபதிப்பாய் இந்தியன் எக்ஸ்பிரஸ் தினந்தோறும் இலவசப்பிரதிகள் கிடைத்துவிடும். இன்றைக்குக் கிடைக்கவில்லை. அதில் வரும் திரைப்பட விழாப்பகுதிகளைத் தனியாக எடுத்து வைத்திருந்தான். திரைப்பட விழா புத்தகம் முதல் நாள் பையுடன் தராததால் இரண்டு தினங்கள் கழித்து வந்த போது ஒரு பிரதி கேட்டு வாங்கினான். அடுத்தடுத்த நாட்களில் அதன் பிரதிகள் கிடைக்கவில்லை என்று பொய் சொல்லி இரண்டு பிரதிகள் வாங்கிக்கொண்டான். அவற்றை யாருக்காவது தரலாம். ஆனால் ஊருக்குப் போகும்போது இவற்றைச் சுமந்துகொண்டு செல்வதில் சிரமங்கள் இருக்கும். தோள் வலி எடுத்துவிடும் என்பது லேசாக ஞாபகம் வந்தது...

சட்டென மழைத்தூறல் அப்பகுதியை நனைத்து வரிசையில் நின்றிருந்தவர்களை நகரச் செய்தது.

“ரொம்பவும் ஒட்டி நிக்காதிங்கப்பா. ஒட்டுவாரொட்டி ஏதாச்சும் வரும்” என்று தமிழ்க்குரல் கேட்டது. வைரஸ் படம் கூடப் போட்டிருக்கான் இங்க... மலையாளப்படம். அது பயமாத்தா இருக்கு. . வெளிநாட்டுக்காரங்களெ ஒட்டி நில்லுங்க. அவங்க அறிவு நமக்கு ஒட்டிக்கிடட்டும். அறிவு மட்டுந்தானா... மப்பு வாசமும் ஒட்டட்டும்.

கலகலப்பாய் குரல்களும் கேட்டன. திரைப்படக்கல்லூரி மாணவர்களய் இருக்கும்...

ஏகதேசம் இரண்டு மணி நேரம் ஆகிவிட்டபோது குருவுக்குக் கால்கள் வலித்தன. பக்கத்தில் இருப்பவர்களிடம் சொல்லிவிட்டு எதிர் சிமெண்ட் திண்டில் உட்கார்ந்தான். நேரமாகிறது என்று கூக்குரல்கள் வந்தன.

திரையரங்கின் உள்ளிருந்து வந்த ஒருவர் சப்தமிடுபவர்களைப் பார்த்துக் கைதட்டினார்.

ரிகர்சல் நடக்கிறது. அதனால் தாமதம். பொறுத்துக்கொள்ளவும்

“அது மொதல்லியே பாத்திருக்க வேண்டியதுதானே. அழைப்பிதழ்லே போட்ட நேரம் மதியம் மூணு மணி. அரை மணி நேரம் கூட ஓடிருச்சு. இளையராஜா இருக்காரில்லையா...”

“யெஸ் யெஸ்... பிளீஸ் வெயிட்.”

இண்டியன் டைமிங்.... புல் ஷிட் என்று வெளிநாட்டுப் பிரதிநிதிகள் உரக்கச் சப்தமிட்டு அலுப்பினைத் தெரிவித்தனர். அவர்கள் இவ்வளவு நேரம் காத்திருப்பது அநாவசியம் என்றார்கள்... மழைத்தூறலில் நனைந்தபடி வந்தவர்கள் ஒரு வரிசையாக நிற்க ஆரம்பித்தார்கள்.

“இதென்ன புது கியூ. மழையில நனைந்தவர்களுக்கு நிவாரணக் கியூவா?”

கோ பேக்... கோ பேக்...

தனக்கருகில் இருந்த பெண்ணின் உடம்பிலிருந்து வந்த நறுமணவாசம் அவனைக் கிளர்ச்சியடையச் செய்தது. இவ்வளவு அழகான பெண்களெல்லாம் எங்கிருந்து வருகிறார்கள். இவர்களுக்கென்று தனி தேசம் இருக்கிறதா. மூச்சை இழுத்து விட்டுக் கொண்டான் குரு.

இளையராஜா விவசாய சங்கத் தலைவர் போல் பச்சை சால்வை போர்த்தியிருந்தார் சின்னதாய் திருநீற்றுக்கீற்று நெற்றியில்.

“தலைவா... ஸ்டார்ட் பண்ணுங்க...”

“பண்றன்டா... சத்தம் போடாதீங்க... உங்களோட பேசத்தான் வந்திருக்கேன். அநாவிசியமா விசில் அடிச்சு சத்தம் போட்டு மத்தவங்களுக்கு சிரமம் தர வேண்டாம். இது இண்டர்னேசனல் பெஸ்டிவல்” என்றார் இளையராஜா.

இளையராஜாவின் குழுவில் பலவகையான இசைக்கருவிகளுடன் நாற்பது பேராவது இருப்பர். பல தமிழ் முகங்கள் இருந்தன. பாதி முகங்கள் வெளிநாட்டு முகங்கள். இயக்குனர் பால்கியின் மொட்டைத் தோற்றத்தில் இன்னொரு வெளிநாட்டுக்காரர் இளையராஜாவுக்கு அடுத்த நிலையில் அங்கும் இங்குமாய் அலைந்துகொண்டிருந்தார்.

“சொர்க்கமே என்றாலும் இந்நாட்டுக்கு ஈடாகுமா

அது நம்ம நாடு போலாகுமா”

என்ற பாட்டு குருவின் காதுகளில் திரும்பத் திரும்ப ஒலித்துக் கொண்டிருந்தது.

அவர் பல இடங்களில் தமிழிலேயே பேசியது குருவுக்குப் பெருமையாக இருந்தது. பல சம்ஸ்கிருத ஸ்லோகங்கள், பழைய வேத பாராயணங்களிலிருந்து மெட்டுகளை எடுப்பதாகவும் அதை யாரும் கண்டுபிடிப்பதில்லை என்றும் சொன்னார்.

ஒரு சிச்சிவெசன். அதுக்கு ஒரு பேக்கிரவுண்ட் மியூசிக் போடணும் நீங்க... இப்போ... என்றார் இயக்குனர் பால்கி

“நாள் கணக்கா ஆகற விசயமாச்சே...!”

“ராஜாவுக்கு எதுவும் கட்டுப்படும். செரி சிச்சிவேசன் சொல்றன். ஒரு மகன். தன்னோட அப்பாவைக் கொல்ல வர்றன். இதுதா சிச்சிவெசன்.”

பதினைந்து நிமிடம் திரையரங்கு நிசப்தமாயிருந்தது. இளையராஜாவின் குழுவில் இருந்தவர்களின் நடவடிக்கைககளைக் கவனித்துக்கொண்டிருந்தார்கள். அவர்கள் ஒவ்வொருவரிடமும் ஒரு தாள் மெட்டமைப்பு பற்றியது கடந்து சென்று வந்தது. பலரும் தாங்கள் இருந்த நாற்காலிகளிலிருந்து எழுந்து படம் எடுக்கத் தோதான நேரம் என்பது போல் படங்களை எடுத்துக் கொண்டனர்...

“ஓ... மானே மானே ... உன்னைத்தானே

ஓ... மானே மானே ... உன்னைத்தானே”

பதினைந்து நிமிட இடைவெளிக்குப் பின் இளையராஜா இசைக்கோர்ப்பை முடித்துவிட்டு வாசித்தார்.

“ராஜா சார் எதுக்கு இதுலெ தாலாட்டைப் போட்டீங்க. ஒரு மகன் தன்னோட அப்பாவைக் கொல்ல வர்றன். இதுதான் சிச்சிவெசன்.”

“அப்பா... பாசம் அதெக்காட்ட.”

“அருமை... அருமை. நாள் கணக்கா ஆகும். ஆனா கால் மணி நேரத்திலெ முடிச்சிட்டீங்க ராஜா. ஸ்வரம் கூட எழுதத் தெரியாத இளையராஜா இவ்வளவு ஜீனியசா விஸ்வரூபம் எடுத்தது அவர் செய்த அசுர சாதனை. அதுக்குப் பின்னால ராஜாவோட உழைப்புன்னு ஒரு தரம் பாலசுப்ரமணியம் சொன்னது ஞாபகம் வருது.”

பலர் கேள்வி கேட்க ஆரம்பித்தனர். சிலருக்கு இளையராஜா பதிலளித்தார். போதும் அடுத்த படத்துக்கு நேரமாகிலையா என்று கேட்டுவிட்டுக் கிளம்பினார்

பல இந்திப் பாடல்களைப் பலர் முணுமுணுத்தபடி கிளம்பினர் .

“அற்புதம்... அற்புதம்... அற்புதமேன்னு நீங்க தமிழ்லே பாடுன்ன

ஒரு பாட்டுதா இந்த நிகழ்ச்சி பத்தி உடனே ஞாபகம் வருது ராஜா. தேங்க்ஸ் ஏ லாட்."

குரு பூட்டுக்கும்பாட்டுக்கும் தாளகதி வேணும் என்று முணுமுணுத்தபடி கிளம்பினான்.

கிருஷைக் காணவில்லை. ஏதாவது ஒரு மூலையிலிருந்து கொண்டு இளையராஜாவை ரசித்திருப்பான்

ஒவ்வொருவரும் அவரவர் துறையில் முதல் ஆளாக இருக்க வேண்டும் என்று ஆசைப்படுகிறார்கள் என்று சில சமயங்களில் கிருஷ் சொன்னது ஞாபகம் வந்தது.

பப்ளிக் கேப்பின்ஸ் ஈச் எ டிசீஸ் என்றான் ஒரு வெள்ளைக்காரன். வெளியேறிக்கொண்டிருந்தவர்களின் சிரிப்பினூடான அட்டகாசக் குரல்களைச் சகிக்க இயலாமல் அவன் சொல்வதாகப்பட்டது குருவுக்கு. மழைதூறி நிலத்திற்கு ஒருவகைக் குளுமையைக் கொண்டு வந்திருந்தது.

மியூசிக் லவ் ஈஸ் கேப்பினஸ் என்று சொல்லிக்கொண்டான்.

28

'வெர்சுவல் வால்டு ஈஸ் கிரேட்டர் தேன் ரியல் வால்டு' திரைப்பட விழா வளாகம் மாலை நேரத்திலேயே மின் விளக்குகளாலும் அதிநவீன தொழிநுட்ப ஜோடனைகளாலும் பளபளத்துக்கொண்டிருந்தது. இடுப்பில் கைகளை வைத்து ஒயிலாகச் சாயந்துகொண்டு சூசன் சொன்னார். அவரின் கண்களில் சட்டெனப் பிரகாசம் வந்துவிட்டது. எதிர்ப்புறம் திரும்பி தூரத்தில் நிற்கும் காசினோ கப்பல்களைப் பார்த்தார். தூரத்து மலையின் பின்னணியில் கிங் பிசர் ஆங்கில எழுத்துக்கள் மின்னின. காற்று அலையலையாக கப்பல்களை நீரில் தத்தளிக்கச் செய்துகொண்டிருந்தது.

"அவர் இல்லாமெப் போனது எவ்வளவு லாஸ். இல்லீன்னா இந்தக் காம்ளக்சுக்குள்ள் பீரெல்லா மினரல் வாட்டர் லெவல்லியே கெடைக்கும். உள்ள ஒரே கமகமன்னு இருக்கும்"

"யார் மல்லையாவா... மறுபடியும் வருவாருங்க."

"சொத்தெல்லாம் பறிமுதல். கூட இருந்த பொண்ணுகளையும் பறிமுதல் பண்ணியிருப்பாங்களா."

மயில் உருவம் வர்ணவித்தைகளைக் காட்டும்விதமாய் மின் விளக்குகள் அணைந்து அணைந்து ஜாலம் காட்டின. 50 என்ற எழுத்துகள் பல இடங்களில் மினுங்கி திரைப்பட விழாவின் 50ம் ஆண்டை ஞாபகப்படுத்தின. மின் திரைகள் அங்கங்கே மாய பிம்பங்களின் சாகசத்தைக் காட்டிக்கொண்டிருந்தன... தூரமிருந்த கப்பல்களிலிருந்து சிறு சிறு வாணவேடிக்கைகள் கிளம்பி பல வர்ணங்களைக் காட்டின ஆகாயத்தில். எவ்வித சப்தமும் இல்லாமல் அவை வெடித்து ஜாலம் காட்டின.

விதவிதமான உடைகளில் அதீத முகப்பூச்சில் பெண்கள் அடையாள அட்டைகளைக் காட்டிவிட்டுச் சென்று கொண்டிருந்தார்கள். திரைப்பட விழா வளாகத்தின் மூன்று திசைகளிலும் எட்டு மெட்டல் டிடெக்டர்கள் காவல் துறையினரின் பாதுகாப்புடன் இயங்கிக்கொண்டிருந்தன. பைகளைச் சோதிப்பதும், உடம்பைத் தொட்டுப் பரிசோதனை செய்வதும் சாதாரணமாகிப்போனதுபோல் எல்லோரும் அதற்குக் கட்டுப்பட்டு இயங்கிக்கொண்டிருந்தார்கள். திரைப்பட விழாவின் கடைசி நாட்களில் இந்த வகையான சோதனைகள் வழக்கமாய் வெகுவாகக் குறைந்துவிடும். ஆனால் இந்த ஆண்டு தீவிர சோதனைகள் இருந்துகொண்டே இருந்தன.

எல்லா ஊர்களும் அமெரிக்காவாக, நியூயார்க்காக மாறிக் கொண்டிருக்கின்றன. அமெரிக்கன் என்று சொல்வதில் இன்னும் பெருமை. சீனக்காரன் என்று சொல்வதில் இன்னும் இன்னும் பெருமை என்று சூசன் அடிக்கடி சொல்லிக்கொண்டிருப்பார்.

அமெரிக்கப் படம் ஒண்ணுகூட இந்த பெஸ்டிவெல்லே தேறாது. ஆனால் சீனப் படம் நாலாவது தேறியிருக்கும். அவனெல்லாம் மட்டுப்படணும்ன்னா அமெரிக்கா சொல்றதெல்லா நடக்காது. மனுசனுக்குத் தெரியாத கிருமி ஏதாச்சும் சங்கடம் குடுத்தாதா முடியும். வியட்நாம் போதும் அவனுக்குப் பதில் சொல்ல என்பார்.

திரைப்பட வளாக முகப்புகளின் முன் குவிந்த சிறுவர் கூட்டம் காவலாளிகளை உஷாராக்கியது. நாலைந்து சேலை கட்டிய கறுப்பு நிறப் பெண்கள் தென்பட்டனர். திரைப்பட விழா

வளாகத்துக்குள் அந்தச் சிறுவர்கள் நுழைய முயன்றனர். காவலாளிகள் தடுத்து நிறுத்தி ஜாவ் ஜாவ்... உதர் தேக்கோ தேக்கோ என்று எதிர் திசையில் போடப்பட்டிருந்த ஸ்டால்களைக் காட்டினர். திரைப்படவிழாவை ஒட்டிப் போடப்பட்டிருந்த ஸ்டால்களில் கூட்டம் மெல்ல சேர ஆரம்பித்தது.

என்னமோ... தமிழ் ஆளுகள் மாதிரி இருக்குது. பாக்கறேன் என்று திருநங்கையின் இடுப்பை வளைத்து நடந்து கொண்டிருந்த கிருஷ் முன்பக்கம் வந்தான். அடுத்தடுத்த வந்து ரத்னாதேவியும் மயிலானந்தனும் அவனைப் பின் தொடர்ந்தனர். மெல்லத் தள்ளாடியபடி வந்துகொண்டிருந்த ரகுவரனின் முகத்தில் இருள் அடர்ந்தது.

“இதுக்குள்ள போகமுடியாது எதிர்த்த எக்ஸ்பிசன் ஸ்டால்களெப் பாருங்க குழந்தைகளா.”

கிருஷ் அவர்களைப் பார்த்துகொண்டே இருந்தான். ஆசிரியை களிடம் சூசன் ஏதோ சொல்லிக்கொண்டிருந்தார். அந்தக் குழந்தைகள் கும்பல் மெல்ல எதிர்த்திசைக்கு நகர்ந்தது. அங்கே இரு தினங்களாய் ஏகப்பட்ட கூட்டம் ஒரு ஸ்டாலில் இருந்தது. அது பேய் மாளிகை. பயமூட்டும் உருவங்கள் பொம்மைகளாய் அதில் தென்பட்டன... ஓவியங்கள், சிற்பங்கள், கைவினைப்பொருட்கள் ஸ்டால்களில் கூட்டம் அதிகமில்லை.

“குழந்தைகளா நீங்கெல்லா எந்த ஊர்?”

“கிருஷ்ணகிரி.”

“இது பிலிம் பெஸ்டிவல் நடக்கற எடம், இதுக்குள்ள போகமுடியாது. எதிர்த்த எக்ஸ்பிசன் ஸ்டால்களெப் பாருங்க குழந்தைகளா”

சோதனைகள் முடிந்து உள்ளே வந்த சூசன் இடுப்பில் கைவைத்துக்கொண்டு தன் தாடியைச் சொறிந்துகொண்டார். அவர் அணிந்திருந்த கோவா என்ற ஆங்கில, கொங்கணி எழுத்துகள் போட்ட சற்றே இறுக்கமான பனியன் அவரின் தொந்தியை வெளிப்படையாகக் காட்டிக்கொண்டிருந்தது. மின்விளக்குகளின் அபரிமிதமான வெளிச்சத்தினைக் கடந்து

என் எப் டிசி அரங்கு பக்கம் வந்தவர் அங்கிருந்த திரைப்படக் குறுந்தகடுகளைப் பார்த்துக்கொண்டிருந்தார்.

"பிரபு... இந்த ஸ்கிரீன் பிளே போட்டிக்கு முயற்சி பண்ணுங்க. ஒரு பிரசுரத்தைக் கொடுத்தார்."

"எல்லா எடத்திலியும் இந்திக்காரன்க்குத்தா மரியாதை. நம்மதெல்லா எடுபடுமா?"

"கடலூர் யூத் ஒருத்தருக்கு போன வருசம் சொன்னன். இந்த வருசம் ஏதோ கேட்டகிரியிலெ அவருக்குப் பண்ட் கிடச்சிருக்கு. டிரை பண்ணுங்க. பிலிம் பெஸ்டிவலுக்கு வர்ரீங்க. இதுக்கு அடுத்த நெலைக்குக் கொஞ்சமாச்சும் நகர வேண்டாமா.... வெறுமனே படம் பாக்கறதோட் இருந்தா போதுமா?"

வலது புற மரத்தடி பெஞ்சுகளில் உட்கார்ந்திருந்தவர்களைப் பார்த்தார் சூசன்.

"என்ன நம்மாளுகெல்லா ஒண்ணா வந்திட்டிருந்தம். திடீர்ன்னு ஒவ்வொருத்தராக் காணாமெப் போயிட்டாங்க."

வெவ்வேறு மதுபாட்டில்களை அடுக்கி ஒரு கோபுரம் போலாக்கியிருந்த இடத்தில் மற்றவர்கள் தென்பட்டார்கள். ஒளி வெள்ளம் பாய்ந்து பாட்டில்களின் வர்ணங்களை மாற்றியிருந்தது. அந்தக் கோபுரம் அறையிலிருந்து இங்கு வரும் வழியில் ரோசி தெருவில் தென்படும் ஒரு சிறு தேவாலயக் கட்டிடம் போல் இருந்தது. அங்கு நாற்பது வயது ஒருத்தர் அடிக்கடி தென்படுவார். ஆவே மரியா... ஆவே மரியா என்று சொல்லி சப்தம் போட்டுக்கொண்டிருப்பார். நேற்று வடக்கிலிருந்து மேகம் வருது. மழை வருது என்று சொல்லிக்கொண்டிருந்தார். அப்படித்தான் மழையும் வந்தது சூசனுக்கு ஆச்சர்யமாக இருந்தது. பிரே காட் என்று இன்றைக்குச் சொல்லிக் கொண்டிருந்தார். மன நோயாளியாக இருப்பாரா என்ற சந்தேகம் சூசனுக்கு இருந்தது.

"தமிழ்கொழந்தைக, டீச்சர்களெப்பாத்து மறஞ்சுட்டம். தமிழ் நாட்டிலிருந்து வந்தவங்களா இருந்ததுனாலெ. யாராயிருந்தாலும் பயம்."

“எதுக்கு?”

நம்மளெ யாராச்சும் அடையாளம் தெரிஞ்சுட்டா என்ன பண்றது என்றாள் ரத்னாதேவி. இப்போதும் மயிலானந்தன் காணாமல் போயிருந்தான்.

“அப்படியா!”

“எனக்கும் அதே பிரச்சினை. நம்மாளுக. யாராச்சும் தெரிஞ்சுட்டா. இழுத்துப் போயிட்டா.”

“எதுக்கு இழுத்துட்டுப் போவாங்க ரகுவரன்.”

“எங்காச்சு ஆஸ்பிடலுக்கு, மது மறுவாழ்வு மையத்துக்கு... டாக்டர் கிட்டன்னு...”

“ஓகோ... பயந்துட்டுதா இங்க அடைக்கலமாகியிருக்கீங்களா... ஆமா பாட்டில் பீர் கையிலே. எங்க வந்துது.”

“வலது பக்கம் உள்ளே ஒரு கடை உள்ளே ஓபன் பண்ணீட்டாங்க பாக்கிலியா. வெலையக் கேட்டா மப்பு குறையும் அழுகை வரும். அவ்வளவு தாஸ்தி. கிரை அண்ட் டிரிங்க் அல்லது டிரிங் அண்ட் கிரை... எப்படியும் வச்சிக்கலாம் பாஸ்.”

“சார்... குளோசிங் செர்மனிக்கு யார் வர்றாங்க, ஓபனிங்குக்கு ரஜினி வந்ததுனாலே குளோசிங் செர்மனிக்கு கமல் வருவார்ன்னு சொல்லிட்டிருந்தாங்க.”

“உலகநாயகன் வந்தா நாலஞ்சு கேள்வி கேட்கணும்.”

“வர்றாரான்னு... தெரியலே நாம எல்லோரும் உலக நாயகர்தா.”

“எப்பிடி சூசன் சார்?”

“உலகம் பூராவும் சுத்தறவங்க மட்டும்தான் உலக நாயகர்களா. இந்த உலகப்படங்களெ பாக்கற நாம, உலகத்திரைப்பட விழாவுக்கு வர்ற நாம எல்லாரும் உலக நாயகர்கள்தா.”

“ஆமா... உலக நாயகர்தா!”

29

அதீதப் பூச்சிலும் வெளுப்பு நிறத்திலும் விசேச ஆடைகளிலும் இருந்தவர்களுடன் நிறையப் புகைப்படங்களும் சுயமிப்படங்களும் எடுத்துக் கொண்டான் குரு. பலர் யார் என்று தெரியவில்லை. கிருஷ்ணபிரபுவிடம் கேட்டபோது அவங்கெல்லா சினிமாவுலெ ஏதோவொரு வகையிலெ முக்கியமானவங்கதா. அவங்க பேரைப் போட்டு பேஸ் புக்லே போட்டிருக்கேன். பாத்துக்க. யாருன்னு தெரிஞ்சுக்க என்றார்.

குருவிற்கு பெண்கள் இவ்வளவு அழகுள்ளவர்களாக இருப்பார்களா என்று வெகு ஆச்சர்யம் ஏற்பட்டது. இத்தனை அழகுடன் பெண்களை ஒரு சேர இப்போதுதான் பார்க்கிறான். இனி இவர்களையெல்லாம் பார்க்க முடியுமா. இவர்களைப் பார்க்க இங்குதான் வரவேண்டுமா. ஊரிலும் வடநாட்டுப் பெண்கள் இந்த அழகுடன் நடமாட ஆரம்பித்துவிட்டார்கள். நேபாளப் பெண்கள் அதிகமாய் பனியன் கம்பனிகளில் தென்படுகிறார்கள். நிறத்திற்குக் குறைவில்லை. ஆனால் உழைத்துக் களைத்தவர்களாய் போய்விடுகிறார்கள். அழகு குலைந்து விடுகிறது. அல்லது குறைந்துவிடுகிறது. இவர்களையெல்லாம் மறுபடியும் பார்க்க இங்கு வரத்தான் செய்யவேண்டும் என்பது

மனதில் இருந்தது. கிருஷ் டிக்கெட் கவுன்டரில் இருக்கும் பெண்களைத் தேடித் தேடிப் பார்ப்பதாய்ச் சொன்னான். பழைய பெண்களைத் தேடியும் வர்றன் என்றான்.

தொலைக்காட்சி கேமராவுடன் வந்து நின்ற பெண்ணிடம் விஸ்வம் வி ஆர் பிரம் தமிழ்நாடு என்றார்.

"ஓ... வெரி ...னைஸ்... ஆல் ஆப் யூ"

"யஸ். அய் ஏம் ஏ ஆர்டிஸ்ட்... பெயிண்டர்"

"ஓ... வெரி. நைஸ். சிறு பேட்டி. ஒரு நிமிடத்தில் ஒவ்வொருவரும் பதில் சொல்ல வேண்டும். திரைப்பட விழா முடியப்போகிறது இரு தினங்களில். நீங்கள் ஊருக்குப் போகப் போகிறீர்கள். இரண்டு நாட்களுக்கு முன்னதாக இங்கிருந்து ஓடிப்போவதாய் இருந்தால் எங்கு ஓடிப்போவீர்கள். யாருடன் ஓடிப்போவீர்கள்."

"வெரி டெலிகேட் கொசன். மைசெல்ப் வித் எ ஆர்ட்டிஸ்ட். அய் மீன் ஒரு பெண் நடிகையுடன். ரொம்ப தூரம் இல்லை. கொச்சின் போக வேண்டும். போர்ட் கொச்சின் மட்டாஞ்சேரி பேலஸ் ஜீவ்ஸ் தெரு... தர்பார் ஹால் பெயிண்டிங் எக்சிபிசன்... இதெல்லாம் அங்கே பாக்கணும். கூட வருகிறவர் மலையாளப் பெண்ணாக இருக்க வேண்டும் அய் ஏம் விஸ்வம். பெயிண்டர்."

"நான் இங்கு மயிலுடன் வந்தது ஒரு வகையில் ஓடி வந்ததுதான். வேறு எங்கு போக... கோயமுத்தூர் போக வேண்டும், மருதமலையானிடம் சென்று மன்னிப்பு கேட்க வேண்டும், பாரதியார் பல்கலைக்கழகத்தில் சென்று அடுத்த ஆண்டு ஏதாவது கோர்சில் சேர விபரங்கள் கேட்க வேண்டும். இப்போ கால்லெ தெரியாமெ மிதிச்ச சூயிங்கம் ஒட்டிட்டே இருக்கற மாதிரி என்னமோ அசுசியா இருக்கு. அதிலிருந்து மீளணும். அதுக்குத் தனிமை போதும்ன்னு நெனைக்கறேன். அய் ஏம் ரத்னாதேவி காலேஜ் ஸ்டூடண்ட்."

அவளின் கையிலிருந்த மயில் மச்சத்தை கேமிரா கூர்ந்து படம் பிடித்தது.

"திஸ் பீகாக். பெஸ்டிவல் ரிவம்பரன்ஸ்... ஆர்... எனித் திங் எல்ஸ்."

பதில் பேசாமல் புன்னகைத்தாள் ரத்னா. நல்லவேளை மயில் பொம்மையை டாட்டுக்கடையில் சென்று பொறித்தோம். பெயர் பொறிக்கவில்லை. அது மயிலானந்தன் ஆகக் கூட வந்திருக்கலாம். அழிக்க முடியாததாக இருந்தால் எவ்வளவு சிக்கல். இப்போது மயில் பொம்மையோடு போய்விட்டது என்பது அவளுக்கு ஆறுதலாக இருந்தது.

"நான் எழுத்தாளர் என்பதால் ஜெயப்பூர் இலக்கியத் திருவிழாவுக்குப் போகவேண்டும். எப்பவாச்சும் கான்ஸ் திரைப்பட விழாவுக்கு. தனியாப் போக பயம். விபரம் தெரிஞ்ச ஆள் கூட இருந்தா பயமில்லாமெ இருக்கும். ரூசன் மாதிரி. அய் ஏம் கிருஷ்ணபிரபு ரைட்டர்."

"எனக்கு டிக்கெட் கவுன்டர்லே இருக்கற அழகான பொண்ணுக போதும். அப்புறம் செக்ஸ் ரோபோ இருக்கற நாட்டுக்கு. அய் ஏம் கிருஷ். அட்வர்டெஸ்மெண்ட் மெகசின் ஜெர்னலிஸ்ட்."

"நல்லவேளை ரைட்டர்ன்னு சொல்லலே. நீ எப்படி ரைட்டர்ன்னு சொல்லியொருந்தா கிருஷ்ணபிரபு சண்டைக்கு வந்திருப்பான்... ஜெர்னலிஸ்ட் வேறெ ரைட்டர் வேறன்னு சண்டை போட்டிருப்பான். வெல் எனக்கு மூச்சுத் திணறிட்டிருக்கு. என்னமோ சளியோ வைரசோ தொண்டையைத் தாக்கி நுரையீரலுக்குள்ள போற மாதிரி ஒரு மூச்சுத் தெணறல். என் கூட ஒரு டாக்டர் இருந்தா நல்லா இருக்கும். குடியெ மறக்கச் சொல்ல ஒரு டாக்டர். ஒரு லேடி டாக்டரோட எங்க வேணும்னாலும் வர்றன். அய் ஏம் ரகுவரன். பிசினஸ்மேன்."

"என்னோட படம் இங்க பிலிம் பஜார்லே இருக்கு. இருபது பிலிம் பெஸ்டிவல்லே போட்டாச்சு. பல பெஸ்டிவல்லுக்கு இந்தியாவுக்குள்ளதா போயிருக்கன். வெளிநாட்டு பெஸ்டிவல்க்கு என்னோட படத்தோட போகணும். இப்போ கூட போலண்ட்லே ஒரு பிலிம் பெஸ்டிவலுக்கு கூப்பிட்டிருக்காங்க. ஆனா பிளைட்பேர்ன்னு நூறு ஈரோ தர்ரதா சொன்னாங்க

அது எதுக்காகும். முந்நூரு அல்லது நானூறு ஈரோ குடுத்தா பரவாயில்லைன்னு கேட்டிருக்கன்.அது சக்சஸ் ஆகணும் . அய் ஏம் சூசன். பிலிம் மேக்கர்."

"எம் பொண்டாட்டியோட நான் பெஸ்டிவலுக்கு வந்திருக்கேன். என் பொண்டாட்டியோட ஜாக்கிரதையாத் திரும்பிப் போகணும். என் வயசு... இதுமாதிரி பயணத்துக்கே ஒத்துக்கலே. இதிலெ வேற யாரைத் துணைக்குத் தேடறது. பொண்டாட்டி போதும். அய் ஏம் எபினேசர்... பிலிம் என் துசியாஸ்டிக்."

"எங்கப்பா ரகீம்... இங்கதா இருந்தார். அவருக்கு கேமரா முன்னாலெ நிக்கறதுன்னாப் புடிக்கும். நிக்கச் சொல்லலாமே."

ரகீம் விஸ்வத்துடன் பேச்சு மும்முரத்தில் இருந்தார். நேற்றைக்கு இரவு மை நேம் இஸ் சாரா என்ற படம் விசேசக் காட்சி இருந்தது. அதற்கு விஸ்வம் சென்றிருந்தார். மாலையில் இருந்து அவருடன்தான் ரகீம் இருந்தார். என்னிடம் ஏன் சொல்லவில்லை என்று சண்டையிட்டுக் கொண்டிருந்தார்.

"நான் ரூம் மேட். எனக்கே சொல்லல்லே இவரு... அது கிளாசிக் படமாமே."

"குரு... நீ பனியன் கம்பனி லேபர். உனக்கெல்லா அந்த கிளாசிக் படம் புடிபடுமா... புரியுமான்னு சந்தேகம். அதுதான் கூப்படலே."

"நானும் டிகிரி படிச்சிருக்கேன்லே. எனக்கும் ரசனை இருக்கு. பனியன் கம்பனி லேபர்க்கு நல்ல ரசனை இருக்காதா."

"அதுக்கு நீ இன்னம் பல வருசங்கள் இங்க வரணும் குரு. இதெயெல்லாம் பாக்கணும். படிக்கணும். சும்மா வந்திராது."

ரத்னாதேவி மரத்தடியிலிருந்த ஒரு செடியைத் தொட்டுக் கொண்டிருந்தாள். அது சின்னச் சின்ன இலைகளால் படர்ந்திருந்தது. அதனருகில் மூன்று குச்சிகளின் மேல் ஒரு பழுத்த இலை கிடந்தது... அது அவளின் அப்பா இறந்த போது நடந்த கள்ளிக்கம்பம் நடுதலை ஞாபகப்படுத்தியது மூன்று கள்ளிக்குச்சிகளை நட்டு வைத்து அதன் மேல்

வெள்ளைத்துணியைப் போட்டிருந்தனர். அப்பாவின் மாமன், மைத்துனர்கள் என்று குருசாமியும் சின்னசாமியும் சடங்குகள் செய்தார்கள். மூன்றாம்நாள் அதைப் பிடுங்கி இடுகாட்டில் போட்டனர். கள்ளிச்செடி சுடுகாட்டில் இருப்பது. அது பாலூறும் மரம். கள்ளிச்செடியைத் தொடுவது போன்று இங்கு வந்தது அவளுக்குப்பட்டது.

“என்ன செடி இது.”

“தொட்டாச்சிணுங்கின்னு நெனைக்கிறேன். ஊர்லே தெனம் தெனம் ஒரு எடத்துக்குப் போயி, தொட்டாசிணுங்கியேத் தொடுவன். அதுதான்.”

“எதுக்கு.”

“ஞாபகசக்தி பெருகுமாமா ரகீம்.”

“அப்படியா புதுத் தகவலா இருக்கு இது. நானும் காலையிலே வேப்பங்கொழுந்து சாப்புடுவேன். இங்க வந்தப்புறம் அது மிஸ்சிங். அதுதான் சர்வரோக நிவாரணின்னு நெனப்பு. நல்ல நெனப்புலயும் நம்பிக்கையிலும்ந்தா வாழ்க்கை ஓடுது.”

30

புதிய மினரல் வாட்டர் பாட்டல் சீலை உடைத்து கைகளில் அள்ளிக்கொண்ட தண்ணீரால் அந்த வெளுப்பு முகத்தவன் முகத்தைக் கழுவினான். தலையில் கொஞ்சம் ஊற்றிக் கொண்டான். குருவுக்கு ஏனோ சங்கடமாக இருந்தது. டாக்சியில் கர்மேலிக்கு வருவதற்குள் வியர்த்துவிட்டது. புழுதி பறந்து டாக்சியின் கதவுகளை இறுக்க மூடச்செய்தது. தொடர்ந்து சாலை வேலைகள் நடந்து வந்தன. வெப்பம் சற்றே குறைந்து வரவேற்பது போல் மெல்லக் காற்று வீசியது. முகம் கழுவ தண்ணீர் பஞ்சமா... கைகழுவ, முகம் கழுவவெல்லாம் மினரல் வாட்டர் பயன்படுத்தப்படுவது அவனுக்குச் சங்கடமே தந்தது.

கர்மேலி தொடர்வண்டி நிலைய முகப்பு சற்றுக் குறுகியதாய் பழங்காலக் கட்டிடமாய்த் தென்பட்டது. நீலகிரியின் லவ்டேல். கேத்தி தொடர் வண்டி நிலையங்களை ஞாபகப்படுத்தியது. .ஒவ்வொரு முறையும் கோவா பயணத்தின்போது மடகானில் இறங்கி டாக்சியோ, வேனோ, பேருந்தோ பிடித்து பேருந்து நிலையம் சென்று பேருந்தில் ஏறி பனாஜியில் இறங்கி மறுபடியும் ஒரு ஆட்டோ பிடித்து விடுதிக்குச் செல்வது வழக்கம். அலுத்து விடும். இம்முறை திரும்புவதற்குத் தொடர்வண்டியைப் பதிவு செய்தபோது கர்மேலி நிலையத்தில் இருந்து புறப்படும் ஒரு

வண்டிக்கு போடச் சொல்லியிருந்தார் எபினேசர். அவர் மனைவிக்கும் சேர்த்து வழக்கமாய் குளிர்பதனப் பெட்டியில் போட்டிருந்தார். . அவன் சாதா பெட்டியில் பதிவு செய்தான்... மடகானுக்குச் செல்வதற்கு இன்னும் பாதி தூரம் இருக்கிறது என்பது கர்மேலி அது அருகில் இருப்பதைக்காட்டியது.

கிருஷ்ணபிரபும் ரத்னா என்று சிலரும் இன்னொரு டாக்சியில் வருவதாகச் சொன்னார்கள்.

அவர்களில் கிருஷ்ணபிரபுக்கு மடகானில் இருந்தே பதிவு என்பதால் அங்கேயே போகலாம் என்ற திட்டமும் இருந்தது.

ஆளுக்கு நூறு ரூபாய் குரு என்றார் எபினேசர். அவன் பத்திரப்படுத்தி வைத்திருந்த பணத்தை எடுத்துக் கொடுத்தான், இன்னம் ஒரு மணி நேரம் இருக்கு. ரயில்வே கேன்டீன்லே சாப்புட்டுக்கலாம். ரெண்டே பிளாட்பாரம்தா இதுலே இருக்கறது சவுகரியம். எப்பவும் மொதல் பிளேட்பாரத்திலெதா வரும். மடகான்னா நிறைய பிளாட்பாரங்க. லக்கேஜை எடுத்துட்டு ஓடணும்.

கைபேசியில் அவர் பார்த்து விட்டுச் சொன்னார், “டிரெயின் கரெக்ட் டைம்தா. உங்க எஸ் போர் கோச் என்ஞினிலிருந்து பத்தாவது. ஞாபகம் வெச்சிக்குங்க. எங்க ஏசி கோச் எதிர்ப்பக்கம் பதினாறவது.”

கர்மேலி தொடர்வண்டி நிலைய கேண்டீனில் ஜவ்வரிசி சாதம் கிடைத்தது. செலவு குறைவு. காலை வரை தாக்குப்பிடிக்கலாம். காத்திருப்பது அறையில் கொசுக்கடி இருந்தது. நடைமேடைக்கு பைகளுடன் சென்று அமர்ந்துகொண்டார் எபினேசர். பைபிள் கொஞ்ச நேரம் படித்துவிட்டுச் சாப்பிட்டார். கொசுக்கடி தாங்காமல் குருவும் நடைமேடைக்குச் சென்று உட்கார்ந்தான்.

திரைப்பட விழா புத்தகங்கள், தினசரி செய்தி ஏடு பீகாக்கின் பத்து நாள் பிரதிகள் ஒவ்வொரு நாளின் மூன்று, நான்கு பிரதிகள் என்று தனியே ஒரு பையில் போட்டிருந்தான். கனத்தன. அந்தப் பையைச் சுமந்ததில் தோளில் சற்றே வலி ஏற்படுவதுபோல் இருந்தது.

"இந்த வருசம் மலையாளத்திலெ ஜல்லிக்கட்டுக்கு ஒரு பரிசு இருக்கும் சார்."

"என்னமோ சூசன் அந்தப் படத்தெ பாக்கவே முடியலேன்னு பத்து நிமிசத்திலெ எந்திருச்சுப் போயிட்டார். அவர் ரசனை வேற மாதிரி போல. போன வருசம் அவரோட ஆர் அய் பி தான் பெஸ்ட் டைரக்டர் நேசனல் அவார்டு வாங்குச்சு. பலூன்னு ஒரு படம் சீனப்படம். திபெத் பின்னணியிலெ எடுத்தது அதுக்கும் ஒரு பரிசு கெடைக்கும். குளோசிங் அன்னிக்கு இருக்கறது வேஸ்ட். காலையிலெ ஒரு படமோ ரெண்டு படமோத்தா இருக்கும். ராத்திரி பெஸ்ட் பிலிம் அவார்டு வாங்கற படம் முக்கியம்தான். ஆனா ஒருநாள் செலவு... டைம் வேஸ்ட்."

சூசன் நாளை நிறைவு விழா முடிந்துதான் கிளம்புவதாய்ச் சொல்லித் தங்கிவிட்டார்... பிரான்சிஸ் நிறைவு விழாவில் தேர்வு செய்யும் படங்களை நாம் பார்த்திருக்கிறோமா என்று ஒப்பிட்டுக்கொள்வதில் நம் ரசனை இருக்கிறது. நாம் தேர்வு செய்த படங்களின் வரிசை தேர்வுப்பட்டியலில் இருந்தால் நமக்கு நாமே பாராட்டிக்கொள்ளலாம். அதற்கு ஒரு சந்தர்ப்பம். கடைசி நாள் அன்று இருந்தே ஆகவேண்டும் என்றான். லோகு இன்னும் இரு தினங்கள் இருந்துவிட்டு வருவார் என்றார். அவருடன் வந்த பைரவன் இரண்டு தினங்கள் முன்பு கிளம்பிப் போய்விட்டார். அவர் தினமும் மதுவின் போதையில் இருந்தார். கடைசி இரு தினங்கள் பழச்சாறுதான் என்றார். மிகவும் தெளிவாகவே எப்போது இருந்தார்.

அவனின் தொடர்வண்டிப்பெட்டி நிற்கிற இடத்தை நாலைந்து பேரிடம் கேட்டு உறுதிப்படுத்தினான். எல்லோரும் சந்தேக மாகவே சொல்வது போல் பட்டது. என்ஞின் பக்கமிருந்தா. கடைசியிலிருந்தா... குழப்பமாகிவிட்டது. தொடர்வண்டி வரும் நேரத்தில் நடைமேடை இரண்டிற்கு வரும் என்று அறிவிப்பு செய்துவிட்டார்கள். தோள் பை கனக்க இரண்டாம்

மேடைக்காக சிரமப்பட்டு பாலம் ஏறி இறங்கினான்.குரு பெட்டிகளை எண்ண ஆரம்பித்தான். அவனின் பெட்டி இல்லாமல் இருந்தது. எபினேசரின் பெட்டி அருகில் வந்தது. ஐந்து நிமிடமே வண்டி நிற்கும். வேறு பெட்டியிலேறிக்கொள்ளலாம் என்று கொஞ்ச தூரம் அலைந்த பின் நினைப்பு வர ஒரு பெட்டியில் ஏறிக்கொண்டான்.

அவன் அருகில் கையில் பெட்டி எதுவும் இல்லாமல் இருந்த ஒருவன் எஸ் போர் என்று கேட்டீர்களே நீங்கள் என்றான்.

“ஆமாம். மாறிவிட்டது.”

“நானுந்தான். எஸ் போர் நடந்து பல பெட்டிகளைக் கடந்து போய்விடலாமா...”

“இடையில் பாட்னி , சாப்பாடுப் பெட்டி இருந்தால் சிரமம். ஏசி கோச் இருந்தால் சிரமம்.”

“இருக்காது போய்விடலாம்.”

அது ரத்னாதேவியின் பெர்த் உள்ள பெட்டி . மயிலானந்தனும், அவளும் ஒரே பெட்டியில் பதிவு செய்திருக்கிறார்கள். ஆனால் மயிலானந்தனுடன் அவள் ஒரே பெட்டியில் பயணம் செய்ய விரும்பாமல் குருவின் பர்த்தில் பயணம் செய்வதாக சொன்னாள். அவனும் சரியென்றான்.

அவனின் சிரமம் பார்த்து தோள்பையை வாங்கிக் கொண்டான். மலையாள வாடை அவன் பேச்சிலிருந்தது. ஒவ்வொரு பெட்டிக் கதவுகளையும் திறந்துகொண்டு நகர்வது சிரமமாக இருந்தது. மடகானில் இறங்கி பெட்டி மாறி இருக்கலாம். அவன் சொன்னது போலவே பாட்னி பெட்டி வந்தபோது வழியில்லை. அடைத்திருக்கிறது என்றார்கள்... மடகான் வந்தபோது கீழே இறங்கி விரைசலாக நடக்க ஆரம்பித்தான். கனத்த தோள்பையை எடுத்து நடந்துகொண்டிருந்த மலையாளி பரவாயில்லை. நானே கொண்டு வருகிறேன். எஸ் ஒன் வந்த போது அதில் ஏறினான் அவன். வேறு வழியில்லாமல் பின்னாலே சென்றான். இன்னும்

நான்கு பெட்டிகளை எல்லோரையும் இடித்துக்கொண்டு செல்லவேண்டும் என்பதில் அயர்ச்சி வந்து விட்டது குருவுக்கு.

ஜவ்வரிசி சாதம் கரைந்து ஜீரணமாகி பசி வந்துவிட்டது போலிருந்தது. புத்தகப்பையச் சுமப்பது பெரிய உபகாரம் என்பது போல் மலையாளி சுலபமாக முன்னேறிக் கொண்டிருந்தார்.

31

ரகுவரன் நாலைந்து பேரின் வளையத்துக்குள் இருந்தார். அவரின் இடது கை தொடர்வண்டிப் பெட்டியின் படியின் அருகிலிருந்த பிடியைப்பிடித்துக் கொண்டிருந்தது. அதிலிருந்து விலகிக்கொள்வதில்லை என்ற உறுதியுடன் பிடித்துக் கொண்டிருந்தான். அவனைச் சுற்றியிருந்தவர்களின் உரத்த குரல்கள் கேட்டுக்கொண்டிருந்தன.

குரு அப்பெட்டியை நெருங்கியபோது பதட்டத்துடன் ரகுவரன்

“பாஸ்... பாஸ் நம்மாளுகளையெல்லா வரசொல்லுங்க. என்னெக் கடத்திக்கொண்டு போகப் பாக்கறாங்க” என்றான்.

இரண்டு பெண்களும் இரண்டு ஆண்களுமாக அந்தக் கும்பல் இருந்தது. சேலைத் தலைப்பால் உடம்பை மூடிக்கொண்டிருந்த ஒரு நடுத்தர வயதுப் பெண் “அதெல்லாம் இல்லீங்க. நான் அவர் மனைவிதான். குடிச்சிட்டுக் கெடக்கறார்ன்னு ஆஸ்பத்திரிக்குக் கூட்டிட்டு போக வந்திருக்கம். பதினஞ்சு நாளா ஆள் எங்கியோ போயிட்டார். கோவாவெலெ இருக்கார்ன்னு நேத்துதா தெரிஞ்சுது” என்றாள்.

தேனீர் விற்றுக்கொண்டிருந்தவர்கள் இருவர் வேடிக்கை பார்க்க நின்றனர். சரியான பெட்டியைப் பிடிக்க பலர் விரைந்து

கொண்டிருதனர். தொடர்வண்டி பற்றிய அறிவிப்புகள் சற்றே ஓய்ந்திருந்தன. அடுத்த நடைமேடையில் இருந்த தொடர்வண்டி பெருத்த கூவலுடன் நகர்ந்தது.

"பாஸ்... பாஸ் நம்மாளுகளையெல்லா வரச்சொல்லுங்க. என்னெக் கடத்திக்கொண்டு போகப் பாக்கறாங்க."

"இல்லீங்க ரொம்பத் தண்ணி போடறதுனாலே மறுவாழ்வு மையத்துக்குக் கூட்டிட்டுப் போக வந்திருக்கம். தப்பிச்சுருவார்ன்னு பத்திரமாகக் கொண்டு போக வந்திருக்கம். வேறெ ஒண்ணும் இல்லெ."

"பாஸ்... பாஸ் நம்மாளுகளையெல்லா வரச்சொல்லுங்க"

"யாரு... உங்காளுன்னு தனியா இருக்காங்களா?"

எபினேசர் மனைவியுடன் தொடர்வண்டி கோவை வந்ததும் இறங்கிப்போய்விட்டார்.

"குரு... அடுத்த ஆண்டு உடல் நலம் சிரமம் இல்லீன்னா சந்திப்போம். நீங்களும் உங்க சினிமா ரசனையை வளத்துக்குங்க. ஒரு பனியன் தொழிலாளியா இருந்துட்டு இவ்வளவு ஆர்வமா இருக்கறதுக்குப் பாராட்டுகள். உங்கம்மாவெப் பாத்துக்கங்க. சினிமாவுக்குப் போற விபரீத ஆசையெல்லா இப்பத்திக்கு வேண்டா. சந்திப்போம். சினிமாப் பாக்குறதுக்குன்னே வர்றது. உடனே கெளம்பிப் போறதுன்னு இல்லாமெ நிதானமா கோவாவைப் பாக்கவும் சீக்கிரம் இன்னொரு தரம் வரணும்" என்று கிளம்பிவிட்டார்.

வழக்கமாய் அந்த வண்டி கோவை நிலையத்தில் பத்து நிமிடங்களுக்கு மேலாக நிற்கும்.

"நம்மாளுகன்னு யாருங்க இருக்காங்க. நானும் கிருஷ்ணபிரபும் திருப்பூர்லே எறங்கப்போறம். மத்தவங்க எங்க இருக்காங்கன்னு தெரியலே. இருந்து என்ன பண்றது. இவங்கெல்லா உங்களுக்கு நல்லது பண்ணத்தானே கூப்படறாங்க."

இன்னொரு தேனீர் குடிக்கும் ஆசை அவனுள் சற்றே விலகியது.

காலையில் கேரள எல்லைக்குள் ஒரு இடத்தில் தொடர்வண்டி நின்றபோது அந்த இடத்தில் ஒரு குளம் இருந்தது. பல சிறுவர்களும் ஓரிரு ஆண்களும் தூண்டில் போட்டுக்கொண்டிருந்தார்கள். சட்டென நாலைந்து பேர் தொடர்வண்டியிலிருந்து நகர்ந்து குளத்தில் குதித்தார்கள், வண்டி விசில் அடித்து மெல்ல நகர்ந்த போது உடம்பில் நீர் சொட்ட ஓடிவந்து ஏறிக்கொண்டார்கள். ஏதோ ஒரு பெட்டியில் ஏறினான் ரகுவரன். கிருஷ்ணபிரபு இரவில் தூக்கம் இல்லை என்று தவித்தான்.

“அந்தக் குளத்திலெ நானும் ஒரு முக்குளி போட்டிருக்கலாம். தூக்கமில்லாததுக்கு நல்லா இருக்கும். பத்து நாளா நல்ல சரக்கு கெடைக்குது, வெலை கொறச்சல்லா இருக்குன்னு தினம் தினம் குடிக்கிற பழக்கத்திலெ நேத்து டிரெயின்லே குடிக்க முடியலே. தூக்கம் வராமப்போச்சு. மொடாக்குடியர்கள், தினசரி குடியர்கள் இப்படித்தா அடிட் ஆவாங்களோ என்னமோ. ஊருக்குப் போயி பழையபடி நார்மலா இருக்க முயற்சி பண்றது சாதாரணக்காரியம்ன்னு தோணலே.”

கிருஷ்ணபிரபு பல விசயங்களில் தான் மையம் என்று சொல்லிக்கொள்வான். இடதுசாரியும் இல்லே... வலதுசாரியும் இல்லே. மையம். குடிக்கிற விசயத்திலியும் என்பான்.

மெல்லத் தொடர்வண்டி அறிவிப்புடன் நகர ஆரம்பித்தது. வலுக்கட்டயமாக ரகுவரனின் கைகளை யாரோ பிடித்துத் தள்ள அவன் நடைமேடையில் கீழே விழுந்தான். ஓடிச் சென்று எஸ் போர் பெட்டியில் ஏறிக்கொண்ட குருவின் பார்வையில் ரகுவரனை ஒருவர் கன்னத்தில் அறைவது தெரிந்தது.

தொடர்வண்டியின் வேகம் கூடக்கூட நடைமேடையும் மறைந்து போக மரங்கள் அடர்ந்த பகுதிக்குள் அவன் பார்வை சென்றது.

★★★

பின்னுரை

யுவராஜ் சம்பத்

பொதுவா உங்க நாவல் எல்லாமே ஏதாவது ஒரு பொது பிரச்சனையை மையமாக வைத்து, அதைச் சுற்றிப் பின்னப்பட்டிருக்கும். ஆனா இது கொஞ்சம் அப்படி இல்லையோ? எனக்கு ஓர் எண்ணம் தோன்றுகிறது.

கந்துவட்டி கொடுமை பொருந்தாக் காதல் இந்த இரண்டைப் பற்றியும் ஒரு சின்ன லீடு இருந்தது. நான் கூட அதை விவரித்து, பின்னாடி நாவல் பயணிக்கும் அப்படீன்னு நினைச்சேன்.

ஆனா நீங்க செய்யல. ஏன்? போதும் அப்படிங்கிற ஒரு மனநிலையா? எவ்வளவு சொன்னாலும் இந்தச் சமுதாயம் கேட்காது அப்படிங்கிற ஒரு வெறுப்புணர்வா?

உங்க நாவலைப் படிக்கிற எல்லாருக்கும் இந்த வித்தியாசம் கொஞ்சம் தூக்கலாகவே தெரியும் அப்படின்னு நினைக்கிறேன்...

கதை இரண்டு சர்வதேசத் திரைப்பட விழாக்கள் இரண்டு இடங்களில்... திருவனந்தபுரத்திலும் கோவாவிலும்.

சாதாரண மனிதன் திரைப்பட திருவிழாக்களை எப்படிப் பார்க்கிறான் என்கிற ஒரு மாறுபட்ட பார்வை. திரைப்பட விழாக்களுக்குத் தவறாமல் செல்கிற அறிவுஜீவிகளின் பார்வையில் இந்தியத் திரைப்படங்கள் எவ்வாறு உருவாக்கப்படுகின்றன, சர்வதேசத் திரைப்படங்களை இந்தியத் திரைப்படங்களுடன் தரத்தில், கதையில், காட்சிகளில், ஒப்புநோக்குதல் ஆகியவற்றை மிகச் சிறப்பாகவே படம் பிடித்துக் காட்டி இருக்கிறீர்கள்.

சினிமாத் துறையில் திருப்பூரைச் சார்ந்தவர்களின் பங்களிப்பு கடந்த 50 வருடங்களாகச் சிறப்பாகவே இருக்கிறது என்பதை உங்கள் நாவலைப் படித்து, அதற்குப் பின்னால் தெரிந்துகொண்டேன்.

எனக்கெல்லாம் மிகப்பெரிய ஆர்வம் இருந்தது. நாமும் ஏதாவது ஒரு நாள் சர்வதேசத் திரைப்பட விழாக்களுக்குச் சென்று அந்த விழாக்களை ஏன் அறிவுஜீவிகள் பெரிதாகக் கொண்டாடுகிறார்கள், அப்படி அங்கு என்னதான் நடக்கிறது என்று பார்க்க ஆவல் இருந்தது. ஆனால் ஒரு பார்வையாளனாக அங்கு செல்லும்பொழுது எப்படியெல்லாம் சிரமப்பட வேண்டும். பயணம் முதல் உணவு வரை 4, 5 தியேட்டர்களுக்கு நடுவே ஓடுகிற ஓட்டம். இந்தத் திரைப்படத்தைப் பார்க்க முடியுமா முடியாதா என்கிற ஏக்கம். அதைப் பார்ப்பதற்கு இரவு 12 மணிக்கு எழுந்து ஆன்லைனில் டிக்கெட் புக் செய்ய வேண்டிய அவலம். இதையெல்லாம் மீறி மொழி தெரியாத சக மனிதர்கள். இத்தனை சிரமங்களுக்கு மத்தியிலும் அங்கு போகத்தான் வேண்டுமா என்கிற கேள்வியை எழுப்பியிருக்கிறது இந்த நாவல்.

வெறுமனே திரைப்பட விழாக்களை மட்டும் முன்னிறுத்தாமல் அந்தப் பகுதி மக்களின் உணவு வகைகள், கலாச்சாரம், மொழி, சிறப்பு போன்ற எல்லாவற்றையும் உங்களுடைய பாணியிலேயே மிக அழகாக, இயல்பாக, நாவலைப் படிக்க வாசகனின் மனதில் பதியும்படி எளிமையாகச் சொல்லியிருக்கிறீர்கள். இது உங்களுடைய வழமையான உத்தி என்றாலும்கூட, முழு நாவலையும் படித்து முடித்த பிறகு எத்தனையோ புதுவித

உணவுகளையும், அந்த மாநில மக்களின் கலை, பண்பாடு போன்றவற்றையும், சினிமா சம்பந்தப்பட்ட தொழில்நுட்ப வார்த்தைகளையும் தெரிந்துகொண்டேன். அந்த விழாவிற்கு நானே சென்று வந்து அவதிப்பட்ட, பிரபுவாக என்னை உணர்ந்து கொண்டேன். மிகச் சிறப்பாக வந்திருக்கிறது இது. உங்களின் மணிமகுடத்தில் மற்றொரு வைரக் கல்லாக ஜொலிக்கும் என்பதில் சந்தேகமே இல்லை.

வாசகனுக்கும் உலக சினிமா பற்றிப் பொது அறிவு கொடுத்து இருக்கிறீர்கள்.

★

தமிழ் நாவல் களத்தில் புதிது இது. நாவல்களின் வகைமைகளில், களங்களில் புதிது புதிதாக எடுத்துக் கொள்ளும் உங்களின் முயற்சியில் திரைப்பட விழாக்களின் கோலாகலம் இதில். வாழ்த்துகள்.

★★★

சுப்ரபாரதிமணியன்

23 நாவல்கள், 18 சிறுகதைத் தொகுப்புகள் உட்பட 95 நூல்களை வெளியிட்டிருக்கும் சுப்ரபாரதிமணியன் தொடர்ந்து சுற்றுச்சூழல் சார்ந்து இயங்கி வருபவர்.

‘சாயத்திரை’ என்ற சுற்றுச்சூழல் மாசுபாடு பற்றிய நாவலுக்கான தமிழக அரசின் பரிசு, சிறந்த சிறுகதையாளருக்கான இந்திய ஜனாதிபதி வழங்கிய ‘கதா விருது’ உட்பட பல முக்கிய விருதுகளைப் பெற்றவர்.

இவரின் நாவல்கள், சிறுகதைகள் பல இந்திய மொழிகளிலும் ஆங்கிலத்திலும் வெளிவந்துள்ளன. குறிப்பாக ‘சாயத்திரை’ என்ற திருப்பூர் சுற்றுச்சூழல் சார்ந்த நாவல். ஆங்கிலம், இந்தி, மலையாளம், வங்காளம், கன்னட மொழிகளில் வெளிவந்திருக்கிறது. 5 நாவல்கள் இந்தியிலும், 9 நாவல்கள் ஆங்கிலத்திலும், 5 நாவல்கள் மலையாளத்திலும் மொழிபெயர்ப்பில் வெளிவந்துள்ளன. 5 சிறுவர் நூல்கள் வெளியிட்டிருக்கிறார். அதில் 4 ஆங்கிலத்திலும் வந்துள்ளன.

சென்றாண்டு இவர் பெற்ற முக்கிய விருதுகள்:

- ‘அந்நியர்கள்’ என்ற நாவல் எழுத்து அறக்கட்டளையின் ஒரு லட்சம் பரிசு பெற்றது.
- சார்ஜா புத்தகக் கண்காட்சியில் ‘புக்கிஷ்’ விருது.

www.ingramcontent.com/pod-product-compliance
Lightning Source LLC
LaVergne TN
LVHW100817051026
849519LV00006B/2106
* 9 7 8 9 3 9 0 0 5 3 8 5 8 *